Ujumbe wa Msalaba

Ujumbe wa Msalaba

Dr. Jaerock Lee

UJUMBE WA MSALABA na Dr. Jaerock Lee
Kimechapishwa na Urim Books (Mwakilishi: Johnny. H. Kim)
235-3, Guro-dong3, Guro-gu, Seoul, Korea
www.urimbooks.com

Haki zote zimehifadhiwa. Hairuhusiwi kunakili kitabu hiki au sehemu ya kitabu hiki katika mfumo wa aina yoyote, kutunzwa katika mfumo ambao kinaweza kusambazwa au kupatikana tena kwa namna au njia yoyote ile, au kubadilishwa katika namna yoyote ile, kielekroniki, kimakenika, kutolewa kivuli (fotokopi), kurekodiwa au vinginevyo, bila idhini ya maandishi kutoka kwa mchapaji.

Isipokuwa vinginevyo kama imebainishwa, nukuu yote ya Maandiko imechukuliwa kutoka katika Biblia ya Kiswahili – Union Version ilichochapishwa na Chama cha Biblia cha Kenya na Chama cha Biblia cha Tanzania ©1997

Hakimiliki© 2011 na Dr. Jaerock Lee
ISBN: 979-11-263-1226-9 03230
Hakimiliki ya kutafsiri © 2003 na Dr. Esther K. Chung. Imetumika kwa ruhusa.

Awali kilichapishwa kwa Kikorea na The Christian Press mwaka 2002

Toleo la tano lilichapwa Julai 2011

Kimetafsiriwa kwa Kiswahili na kuhakikiwa na:
Can Translators (www.cantranslators.com)

Kimeundwa na: Editorial Bureau of Urim Books
Kwa taarifa zaidi, wasiliana na: urimbook@hotmail.com.

Dibaji

Ninapenda uuelewe moyo wa Mungu na mpango Wake mkuu katika upendo na ujenge msingi imara wa imani yako.

Ujumbe wa Msalaba umewaleta watu wengi kwenye wokovu tangu mwaka 1986 na kudhihirisha kazi za Roho Mtakatifu kupitia mikutano mingi ya injili ya kimataifa. Mwisho Mungu Baba alinibariki nikaweza kuuchapisha. Ninamtukuza na kumshukuru sana Yeye!

Watu wengi husema wanamwamini Mungu Muumba na wanaujua Upendo wa Mwanaye Yesu Kristo, lakini hawawezi kuhubiri injili kwa ujasiri. Kiukweli Wakristo wachache sana ndiyo wanaouelewa moyo na majaliwa ya Mungu. Zaidi, ya hayo baadhi ya Wakristo wametengwa na Mungu kwa sababu hawajawahi kupokea majibu ya wazi kwa maswali mengi yaliyo katika Biblia na hawajaelewa siri kubwa ya majaliwa ya upendo wa Mungu.

Kwa mfano, Ungesema nini ikiwa ungeulizwa maswali haya matatu: "Kwa nini Mungu aliuweka mti wa ujuzi wa mema na mabaya na kumwacha mtu akala matunda yake?" "Kwa nini Mungu aliumba Jehanamu ijapokuwa alimtoa Mwanawe Yesu

Kristo kama dhabihu kwa ajili ya watenda dhambi?" na "Kwa nini Yesu peke yake ndiye mwokozi?"

    Sikuelewa siri ya ndani ya majaliwa ya uumbaji wa Mungu na siri iliyofichika katika msalaba miaka kadhaa ya mwanzo wa maisha yangu ya ukristo. Baada ya kuitwa kuwa mtumishi wa injili, nilianza kujiuliza, "Ninaweza je kuwaongoza watu katika njia ya wokovu na nikamtukuza Mungu?" Nikatambua kuwa ninapaswa kuielewa Biblia ikiwa ni pamoja na vifungu vigumu kuvielewa kwa msaada wa Mungu mwenyewe na kuvihubiri ulimwenguni kote. Nilifunga na kuliombea hili mara nyingi kadri nilivyoweza. Miaka saba ilipita kabla Mungu hajaanza kunifunulia.

    Mnamo mwaka 1985, nilipokuwa ninaomba kwa bidii, nilijawa na Roho Mtakatifu. Roho alianza kunifasiria siri zilizofichwa za majaliwa ya Mungu. Ulikuwa "Ujumbe wa Msalaba." Niliuhubiri katika kila ibada ya jumapili kwa wiki ishirini na moja. Mikanda ya "Ujumbe wa Msalaba" imewatia nguvu watu wengi ndani na nje ya nchi. Kila mahali ambapo "Ujumbe wa Msalaba" ulihubiriwa, Roho Mtakatifu alifanya kazi kama moto unaoteketeza. Watu wengi walitubu dhambi zao na kuponywa magonjwa au udhaifu wao. Waliondoa mashaka juu ya majaliwa ya Mungu na kuongezeka imani ya kweli na uzima wa milele. Mpaka wakati huo hawakuwa wanamjua Mungu na upendo wake wa ndani haswa. Walianza kuuelewa mpaka wa Mungu, wakakutana naye na wakawa na matumaini kwa uzima wa milele kupitia ujumbe huu.

Ikiwa unaelewa dhahiri ni kwa nini Mungu aliuweka mti wa ujuzi wa mema na mabaya katika Bustani ya Edeni, unaweza kuyaelewa majaliwa Yake kwa ajili ya ustawi wa wanadamu na ukampenda Mungu kwa bidii zaidi. Zaidi ya hayo, kwa kujua malengo halisi ya maisha yako, utaweza kushindana dhidi ya dhambi zako mpaka kiwango cha kutokwa damu, kwa kujitahidi kufanana na moyo wa Bwana Yesu Kristo na kuwa mwaminifu kwa Mungu hadi mauti.

Ujumbe wa Msalaba utakuonyesha majaliwa ya siri ya Mungu iliyofichwa katika msalaba na utakusaidia kuweka msingi imara kwa ajili ya maisha thabiti na ya kweli ya Kikristo. Hivyo kila atakayesoma kitabu hiki ataweza kuyaelewa majaliwa ya siri na upendo wa Mungu, atakuwa na imani ya kweli, na kuwa na kuishi maisha ya Kikristo yanayompendeza Mungu.

Ninamshukuru Mkurugenzi wa Editorial Bureau of Urim Books Dr. Geumsun Vin, na watumishi wenzake waliofanya kila linalowezekana ili kuchapa kazi hii.

Ni maombi yangu kuwa watu wengi watayaelewa majaliwa ya

ndani sana ya Mungu, watakutana na Mungu wa Upendo na kuokolewa kama watoto halisi wa Mungu-haya yote ninayaomba katika jina la Bwana Yesu Kristo!

Jaerock Lee

Utangulizi

Ujumbe wa Msalaba ni hekima na nguvu ya Mungu na ujumbe wenye nguvu ambao kila Mkristo duniani kote lazima aupokee kwa mikono miwili!

Ninamshukuru na kumtukuza Mungu Baba aliyetuongoza kuchapa Ujumbe wa Msalaba. Hivyo washirika wengi wa Manmin ulimwenguni kote wamekuwa wakikisubiri kitabu hiki kwa hamu kubwa. Kitabu hiki kinatoa majibu ya wazi kwa maswali mengi ambayo Wakriso wengi hawayajui: 'Kabla ya uumbaji, Mungu muumba alikuwaje au alifananaje hapo mwanzo?' 'Kwa nini Mungu alimuumba mwanadamu na kumweka duniani?' 'Kwa nini Mungu aliuweka mti wa ujuzi wa mema na mabaya katika Bustani ya Edeni?' 'Kwa nini Mungu alimtuma mwanawe wa pekee kama dhabihu ya upatanisho?' 'Kwa nini alileta wokovu kupitia mti usio mwororo-msalaba?' na maswali mengi zaidi na zaidi.

Kitabu hiki kina jumbe zenye upako wa Roho Mtakatifu zilizohubiriwa na Dr. Jaerock Lee na zinakuwezesha kujua na kuelewa kwa kina na mapana upendo mkuu wa Mungu.

Sura ya 1, "Mungu Muumba na Biblia," inamtambulisha Mungu kwako na namna anavyofanya kazi katikati ya wanadamu. Kupitia sura hii utauona ushahidi wa Mungu aishiye na kutambua ukweli wa Biblia unaoendana na historia ya ubinadamu. Zaidi ya hayo sura hii inathibitisha kuwa dhana ya mageuko kwa kingereza evolution ni uongo na uumbaji wa Mungu ndiyo sahihi.

Sura ya 2, "Mungu Huumba na Kumstawisha Mwanadamu," Inashuhudia kuwa Mungu aliumba vitu vyote ulimwenguni na mifumo ya sayari na kumuumba mwanadamu kwa mfano Wake. Kwa kuongezea, sura hii, itakufundisha maana halisi ya uhai wa mwanadamu na lengo la Mungu kuwafanya wanadamu kuwa watoto wake halisi wa kiroho.

Sura ya 3, "Mti wa Ujuzi wa Mema na Mabaya," inajibu maswali ya msingi kwa ajili ya wakristo wote: Kwa nini Mungu aliuweka mti wa ujuzi wa mema na mabaya? Sura hii inafafanua kwa kina sababu na inakusaidia kuuelewa upendo wa ndani sana na kudra zilizofichika za Mungu anayewastawisha wanadamu hapa duniani.

Sura ya 4, "Siri Iliyofichika Kabla ya Mwanzo wa Wakati," inafafanua uhusiano kati ya sheria au kanuni ya ukombozi wa nchi na sheria au kanuni ya kiroho kwa wokovu wa wanadamu (Mambo ya Walawi 25). Pia inafafanua ya kwamba watu wote wanapaswa kupitia mauti kwa sababu ya dhambi zao lakini Mungu aliandaa njia ya inayopendeza sana ya wokovu tangu kabla ya mwanzo wa nyakati. Mwishoni, sura hii itakufundisha ni kwa nini Mungu aliificha njia ya wakovu wa wanadamu mpaka wakati aliouchagua Yeye mwenyewe na namna ambavyo Yesu ndiye anayekidhi masharti ya sheria au kanuni ya ukombozi wa nchi.

Sura ya 5, "Kwa Nini Yesu Peke yake Ndiye Mwokozi Wetu?" inafafanua namna ambavyo mpango wa Mungu kwa wokovu wa wanadamu uliokuwa umefichwa tangu kabla ya mwanzo wa wakati ulitimizwa kupitia Yesu, sababu za kusulubiwa Kwake, baraka na haki za watoto wa Mungu, maana ya jina "Yesu Kristo," sababu kwa nini Mungu hakutoa jina jingine zaidi ya Yesu Kristo ambalo wanadamu wanaokolewa kupitia kwalo na kadhalika. Utahisi upendo wa Mungu usiopimika ikiwa utauelewa uhalisia wa kiroho wa ujumbe ulio katika sura hii.

Sura ya 6, "Majaliwa ya Msalaba," itakuelimisha juu ya maana zilizofichika kuhusu mateso ya Yesu. Kwa nini Yesu alizaliwa zizini na kulazwa sehemu ya kulishia wanyama ikiwa alikuwa Mwana wa Mungu kweli? Kwa nini alikuwa maskini katika maisha yake yote? Kwa nini alichapwa viboko mwili wake wote, akavikwa taji ya miiba na kupigiliwa misumari mikononi na miguuni? Kwa nini aliteseka kiasi cha kutokwa damu na maji yote mwilini?

Sura hii inatoa majibu halisi ya maswali kama haya na inakusaidia kuelewa athari za kiroho kutokana na mateso yake. Aina zote za magonjwa na udhaifu pamoja na matatizo kama umaskini, matatizo ya kifamilia, biashara na kadhalika yatatatuliwa kupitia uelewa na imani yako katika mateso ya Yesu. Sura hii inakusaidia kuujua upendo huo wa ndani wa Mungu, kujitenga mbali na uovu wa kila namna na kushiriki katika asili ya uungu.

Sura ya 7, "Maneno Saba ya Mwisho ya Yesu Msalabani," inafafanua athari za kiroho za maneno saba ya mwisho ya Yesu kabla hajafa msalabani. Kupitia maneno saba ya mwisho msalabani alikamilisha huduma yake aliyopewa na Mungu, Baba yake. Sura hii inasisitiza kuwa, unapaswa kuuelewa upendo mkuu wa Yesu kwa wanadamu, kusubiri kuja Kwake mara ya pili, na kupigana vita vizuri mpaka mwisho ukiwa na matumaini ya kufufuliwa.

Sura ya 8, "Imani ya Kweli na Uzima wa Milele," inakufundisha kuwa tumekuwa kitu kimoja pamoja na bwana harusi wetu Yesu Kristo kwa imani ya kweli tu. Biblia inawaonya watu wanaosema kuwa wanamwamini Yesu Kristo mwokozi lakini siku ya mwisho hakuna kuokolewa. Biblia inasisitiza si katika kumkubali Yesu Kristo tu lakini pia kula mwili wa Mwana wa Adamu na kunywa damu yake ili kuufikia wokovu wa milele. Unaweza kuwa na imani thabiti itakayokuongoza kwenye wokovu utakapokula mwili wake na kunywa damu yake. Sura hii pia inakufundisha kuhusu asili ya imani ya kweli, namna unavyoipata na unavyopaswa kufanya ili kuufikia wokovu kamili.

Sura ya 9, "Kuzaliwa kwa Maji na Roho," kwanza inataja mahojiano kati ya Yesu na Nikodemo. Majadiliano hayo yanahitimisha Ujumbe wa Msalaba. Moyo wako lazima ufanywe upya daima kupitia maji na Roho Mtakatifu mpaka Yesu Kristo atakaporudi na ni lazima uitunze roho, nafsi na mwili na kuvitenga na mawaa mpaka kuja mara ya pili kwa Yesu Kristo, wakati ambao Bwana atakupokea kama bibi harusi Wake mrembo.

Sura ya 10, "Uzushi ni nini?" inachunguza asili ya uzushi na kujadili uelewa hasi na kinyume kuhusu uzushi walionao Wakristo wengi. Siku hizi, watu wengi wanakosea au kulaumu kazi kuu za Mungu kuwa ni uzushi au si sahihi kwa sababu hawaelewi maana ya uzushi kibiblia. Sura hii inakutahadharisha kuwa hupaswi kulaumu au kuhukumu kazi za Roho Mtakatifu kuwa ni uzushi na inafafanua namna unavyoweza kutofautisha Roho wa kweli na roho wa uongo na baadhi ya madhehebu ya kizushi. Mwishoni, sura hii inasisitiza kuwa unapaswa kuwa mwangalifu na kuomba bila kukoma na kuishi katika kweli ili usiangukie katika ushawishi wa roho wa uongo.

Kuhusu ujumbe wa msalaba, Katika 1 Wakoritho 1:18 mtume Paulo anasema, "Kwa sababu neno la msalaba kwao wanaopotea ni upuzi, bali kwetu sisi tunaookolewa ni nguvu ya Mungu." Mtu yeyote anaweza kuwa na imani ya kweli, akakutana na Mungu aliye hai na kufurahia maisha ya Ukristo kwa kiwango cha kujaa anapoielewa siri iliyofichika katika msalaba na akatambua majaliwa ya ndani ya upendo mkuu wa Mungu kwa wanadamu.

Ujumbe wa Msalaba ni mafundisho ya msingi ya maisha yako. Hivyo, ninaomba katika jina la Bwana kuwa uweke msingi wa maisha yako ya Kikristo na kuufikia wokovu ulio kamili na uzima wa milele.

Geumsun Vin
Mkurugenzi-Editorial Bureau

Yaliyomo

Dibaji

Utangulizi

Sura ya 1 _ **Mungu Muumba na Biblia** • 1

1. Mungu ni Muumbaji
2. Mimi Niko Ambaye Niko
3. Mungu ni Mweza wa Yote na Mwenye Kudra Zote
4. Mungu Ndiye Mwandishi wa Biblia
5 Kila Neno Katika Biblia ni la Kweli

Sura ya 2 _ **Mungu Huumba na Kumstawisha Mwanadamu** • 25

1. Mungu Huumba Wanadamu
2. Kwa nini Mungu Huwastawisha Wanadamu
3. Mungu Hutenganisha Ngano na Makapi

Sura ya 3 _ **Mti wa Ujuzi wa Mema na Mabaya** • 43

1. Adamu na Hawa katika Bustani ya Edeni
2. Adamu Hakutii kwa Utashi wake Mwenyewe
3. Mshahara wa Dhambi ni Mauti
4. Kwa nini Mungu Aliuweka Mti wa Ujuzi wa Mema na Mabaya Katika Bustani ya Edeni

Sura ya 4 _ **Siri Iliyofichika Tangu Kabla ya Mwanzo wa Wakati** • 69

1. Mamlaka ya Adamu Ikahamia kwa Ibilisi
2. Sheria ya Ukombozi wa Nchi
3. Siri Iliyofichika Kabla ya Mwanzo wa Wakati
4. Yesu Amefuzu kwa Mujibu wa Sheria

Sura ya 5 _ **Kwa nini Yesu Peke Yake
Ndiye Mwokozi Wetu?** • 89

1. Majaliwa ya Wokovu Kupitia Yesu Kristo
2. Kwa nini Yesu Alitundikwa Msalabani?
3. Hakuna Jina Jingine Duniani Isipokuwa Jina la "Yesu Kristo"

Sura ya 6 _ **Majaliwa ya Msalaba** • 111

1. Kuzaliwa Zizini na Kulazwa Sehemu ya Kulishia Wanyama
2. Maisha ya Yesu Katika Umaskini
3. Kuchapwa Viboko na Kumwaga Damu Yake
4. Kuvaa Taji ya Miiba
5. Mavazi na Kanzu ya Yesu
6. Kupigiliwa Misumari Miguu na Mikono Yake
7. Miguu ya Yesu Haikuvunjwa Lakini Alichomwa Ubavuni

Sura ya 7 _ **Maneno Saba ya Mwisho Ya
Yesu Akiwa Msalabani** • 159

1. Baba, Uwasamehe
2. Leo Utakuwa Pamoja Nami Paradiso
3. Mwanamke, Mwanao Huyu Hapa; Mama yako Huyu Hapa
4. Eloi, Eloi, Lama Sabaktani?
5. Nasikia Kiu
6. Imekwisha
7. Baba, Mikononi Mwako Naiweka Roho Yangu

Sura ya 8 _ **Imani ya Kweli na Uzima wa Milele** • 191

1. Siri kuu namna gani!
2. Maungamo ya Uongo Hayaelekezi Kwenye Wokovu
3. Nyama na Damu ya Mwana wa Adamu
4. Msamaha kwa Kutembea Nuruni Tu
5. Imani Inayoambatana na Matendo ni Imani ya Kweli

Sura ya 9 _ **Kuzaliwa Katika Maji na Roho** • 247

1. Nikodemo Amwendea Yesu
2. Yesu Amsaidia Nikodemo Ufahamu Wake wa Kiroho
3. Unapozaliwa Katika Maji na Roho
4. Ushahidi wa Aina Vitatu: Roho, Maji na Damu

Sura ya 10 _ **Uzushi ni Nini?** • 265

1. Maana ya Uzushi Kibiblia
2. Roho wa Kweli na roho wa Uongo

Sura ya 1

Mungu Muumba na Biblia

1. Mungu ni Muumbaji
2. Mimi Niko Ambaye Niko
3. Mungu ni Mweza wa Yote na Mwenye Kudra Zote
4. Mungu Ndiye Mwandishi wa Biblia
5 Kila Neno Katika Biblia ni la Kweli

"Hapo mwanzo Mungu aliziumba mbingu na nchi."
Mwanza 1:1

Watu wengi katika ulimwengu huu husisitiza kuwa hakuna Mungu. Na wapo watu wengine wanaoabudu miungu iliyotengenezwa kutokana na fikra za wanadamu au wametengeneza sanamu za viumbe wa Mungu na kuviabudu kama miungu. Ijapokuwa hatuwezi kumwona Mungu, kwa hakika Mungu yupo na anaishi na kuna Mungu mmoja tu tunayepaswa kumwabudu. Mungu ndiye muumba wa mbingu na nchi, mfumo wa anga na sayari, vitu vyote na ubinadamu. Yeye ndiye mtawala na mwamuzi wa vitu vyote.

Mungu ni nafsi ya namna gani? Ki ukweli, si rahisi mwanadamu kueleza kuhusu Mungu. Mwanadamu ni kiumbe tu. Mungu anavuka mipaka ya uelewa wa mwanadamu. Mungu hana kikomo na mipaka. Ijapokuwa tunaweza kuchunguza kwa elimu, uelewa au ujuzi wetu, hatuwezi kuelewa kwa undani na kujua zaidi kuhusu Mungu.

Hata hivyo japo hatuwezi kujua kikamilifu kuhusu Mungu, kuna vitu vya msingi tunapaswa kuvijua sisi kama watoto wa Mungu. Mambo ya msingi kuhusu Mungu yatafafanuliwa kwa undani.

1. Mungu ni Muumbaji

Kuna vitabu vingi sana ulimwenguni, lakini hakuna kitabu kama Biblia kinachoelezea kwa undani na kutoa jibu la wazi juu ya swali kuhusiana na asili na uumbwaji ya mbingu na nchi na mpangilio katika anga na mifumo ya sayari, mwanzo na mwisho wa kuwepo kwa wanadamu.

Biblia inatoa jibu lililowazi kuhusu mwanzo wa mbingu na na nchi na uhai. Mwanzo 1:1 inasema, "Hapo mwanzo Mungu aliziumba mbingu na nchi" Na Waebrania 11:3 inasema, "Kwa imani twafahamu ya kuwa ulimwengu uliumbwa kwa neno la Mungu, hata vitu vinavyoonekana havikufanywa kwa vitu vilivyo dhahiri."

Hakuna kitu kinachoonekana kilichoumbwa kutokana na kitu kilichokuwepo tayari. Kiliumbwa kutokana na utupu baada ya amri ya Mungu.

Mwanadamu anaweza kutengeneza kitu kutokana na kitu kilichopo tayari, kama vile, kubadilisha au kuchanganya vitu vilivyopo ili kutengeneza kitu lakini hawezi kutengeneza kitu kutokana na utupu (au bila kuwa na kitu).

Ni suala lisilofikirika kabisa kuwa mwanadamu anaweza kutengeneza kiumbe mwenye uhai. Hata kama ameunda teknolojia ya kisayansi na kutengeneza Akili Bandia za kikompyuta au kuumba kondoo kwa kuhamilisha mbegu bila kujamihiana, hawezi kuumba hata amiba kutokana na utupu.

Hivyo, watu huchukua vimelea vilivyopo kutokana na vitu vilivyokwishatolewa na Mungu na kuvichanganya katika njia tofauti na hawawezi kufanya zaidi ya hapo.

Hivyo, unapaswa kujua kuwa Mungu peke yake ndiye mwenye uwezo wa kuumba kitu kutokana na utupu. Mungu Muumbaji peke yake ndiye aliyeumba mbingu na nchi kwa amri yake na anadhibiti anga na mbingu yote, historia ya dunia, uzima na kifo, baraka na laana za wanadamu.

Ushahidi Utakaokufanya Umwamini Mungu Muumbaji

Kila kitu–nyumba, meza au hata msumari umeundwa na mtu fulani. Ni lazima kusema kuwa yupo aliyeunda anga hili kubwa pamoja na mifumo yote ya nyota, sayari na uhai. Lazima kuna mmiliki aliyeumba na anayedhibiti. Na huyu ni Mungu ambaye Biblia inakuambia juu yake kila wakati.

Unapoangalia kila upande kuzunguka, kuna ushahidi mwingi wa uumbaji. Kwa mfano rahisi, chukulia idadi kubwa ya watu duniani. Bila kujali rangi, umri, jinsia, madaraja yao kijamii na kadhalika, kila mmoja ana macho mawili, masikio mawili, pua moja yenye matundu mawili na mdomo mmoja.

Ijapokuwa kila mnyama ana utofauti kutokana na makundi yao kimaumbile, wana mwonekano wa aina moja. Kwa mfano, tembo ana pua ndefu lakini iko katikati ya uso wake, juu ya mdomo wake. Si juu ya macho, karibu na mdomo au juu ya kichwa. Kila tembo ana matundu mawili ya pua, macho mawili, masikio mawili na mdomo mmoja. Ndege wote, samaki wa baharini, ziwa na mito vyote vina mwonekano mmoja.

Si tu kwamba wanyama wanafanana katika mwonekano, lakini wanafanana pia katika jamii ya mamalii, mfumo wao wa chakula na uzazi. Kila mmoja anakula chakula kupitia mdomo wake na kila kinachoingia mdomoni, kinakwenda tumboni kasha kinatoka nje ya mwili. Mamalia wote hujamiiana na wenzao wa jinsia tofauti na kuzaa.

Unapoweka uhalisia huu pamoja, haiwezekani ukasema kwamba ni kwa bahati mbaya au ushahidi wa mageuko ya viumbe unaohubiriwa na "kuishi kwa wenye nguvu - the survival of the fittest." Hakuna mojawapo ya hili linaweza kufafanuliwa na dhana ya mageuko ya viumbe yaani evolution.

Hivyo ukweli kuwa wote, wanadamu na wanyama wana maumbile na maungo yanayofanana, jambo hili ni ushahidi kuwa kila kitu kiliundwa na kuumbwa na Muungu Muumbaji. Ikiwa Mungu hakuwa Mungu pekee, bali mmoja wa miungu, viumbe vingekuwa na viungo tofauti na maumbile tofauti kimwonekano na mahali viungo hivyo vilipowekwa.

Hata hivyo, unapoiangalia kwa umakini asili na mbingu na mpangilio wake, unaweza kuona hata uthibitisho wa uumbaji ndani yake. Ni jambo la kushangaza kuona kuwa kila kitu katika mfumo wa anga na jua kama dunia kujizunguusha yenyewe na kulizunguuka jua kunafanyika bila kuwa na hitilafu yo yote!

Tazama saa yako mkononi mwako. Ina sehemu nyingi na haiwezi kufanya kazi ikiwa sehemu mojawapo inakosekana. Hivyo anga na kila kitu kilichomo ndani yake kiliumbwa ili kufanya kazi kutokana na majaliwa na amri ya Mungu.

Kwa mfano, si mwanadamu au aina yo yote ya uhai inaweza kuishi bila ya kuwa na mwezi unaoizunguuka dunia. Mwezi usingewekwa mbali kidogo kutoka duniani na mahali ulipo sasa. Mungu aliuweka katika umbali sahihi ili mwanadamu aweze kuishi duniani.

Kwa sababu ya mahali ulipo mwezi sasa, nguvu ya uvutano wake inasababisha mawimbi yanayosababisha kujaa na kupwa kwa bahari. Vivyo hivyo, vitu vyote katika anga viliumbwa ili vitembee kwa kufuata majaliwa na amri ya Mungu.

Kwa nini Wengine Hawaamini Katika Mungu Muumbaji?

Baadhi ya watu wanamwamini Mungu Muumbaji na wanaishi kwa kufuata Neno Lake. Lakini kwa nini watu wanaoweza kutafuta majibu ya kila kitu katika sayansi, hawaamini katika Mungu Muumbaji?

Ikiwa umejifunza kuwa Mungu yu hai na ndiye Muumbaji mkuu kutokana na imani ya kikristo tangu utoto wako, haitakuwa vigumu kwako kuamini katika Mungu Muumbaji.

Hata hivyo, siku za leo watu wengi wameshawishika na uanamageuko/mabadiliko ya viumbe (evolutionism) tangu wanapoanza kuwa vijana na kuna elimu ambayo kiukweli si ya muhimu kabisa. Pia unashirikiana na watu wasioamini katika Mungu au wenye mashaka Naye.

Baada ya kuwa umeishi katika mazingira haya, ukienda kanisani na ukasikia Neno la Mungu, mara nyingi unakuwa na mawazo na mashaka na huwezi kumwamini Mungu muumba kwa sababu elimu yako ya awali inapishana na ile unayoipata na yale unayoyasikia kanisani.

Ikiwa hutaondoa mawazo au elimu uliyojifunza ulimwenguni, hata kama utahudhuria kanisani mara kwa mara, huwezi kupata imani thabiti katika Mungu-imani iliyo mbali sana na mashaka.

Huwezi kuamini katika ufalme wa mbinguni au Jehanamu bila ya kuwa na imani ya kiroho kwa kuwa unauchukulia ulimwengu unaoonekana kama ulimwengu pekee na unaishi katika njia zako mwenyewe.

Mara ngapi umeona baadhi ya nadharia na kanuni, ambazo

zimekuwa zikikubalika wakati fulani kisha zikabadilishwa au kuondoshwa na zingine mpya baada ya muda? Hata kama si kwa mtindo huu, ni kweli kuwa nadharia nyingi zimekuwa zikirekebishwa na kubadilishwa na kweli zingine zinazogunduliwa.

Kadri muda unavyokwenda na maarifa ya kisayansi yanavyoongezeka, watu wanatengeneza mafafanuzi na nadharia bora hata kama si sahihi. Sisemi kuwa tafiti za wanasanyansi wengi ni za uongo.

Bado kuna mambo mengi duniani ambayo hayawezi kuelezewa kwa kutumia nguvu na uwezo wa kibinadamu, na ni lazima kukubaliana na ukweli huu.

Kwa mfano, linapokuja suala ya anga na mpangilio wake na uhai, hakuna mtu aliyewahi kutoka akawa nje ya mpangilio huo au akarudi na kwenda katika nyakati za kale. Watu wamekuwa wakijaribu kufafanua juu ya anga na mipangilio ya maisha ndani yake kwa kuunda dhana na nadharia kadhaa.

Kabla ya mwanadamu kwenda mwezini, tulidhani, "Kunaweza kuwa viumbe wanaoishi huko juu mwezini au mahali pengine katika mfumo wetu wa jua-sola nje ya dunia." Lakini baada ya safari ya mwanadamu mwezini tukatangaza, "Hakuna kiumbe anayeishi mwezini." Siku hizi, wanasayansi wanasema, "Kuna uwezekano kuwepo viumbe katika sayari ya marsi" au "Kuna dalili za maji kwenye sayari nyekundu."

Hata kama umefanya utafiti kwa muda mrefu na kuongeza ujuzi wako, ikiwa hujui mapenzi, majaliwa na nguvu za Mungu Muunba, unaishia kukumbana na kikomo cha upeo wa mwanadamu.

Kwa hiyo Warumi 1:20 inasema kuwa "Kwa sababu mambo yake yasiyoonekana tangu kuumbwa ulimwengu yanaonekana, na kufahamika kwa kazi zake; yaani, uweza wake wa milele na Uungu wake; hata wasiwe na udhuru."

Ye anayeufungua moyo wake na kuomba/kutafakari anaweza kuhisi nguvu ya Mungu na uungu Wake wa asili kwa kupitia vitu vya asili alivyoumba kama jua, mwezi na nyota-vitu ambavyo Mungu anakuruhusu uone uwepo wake na uamini katika Yeye.

2. Mimi Niko Ambaye Niko

Kwa kusikia kuhusu Mungu Muumbaji, watu wengi wanaweza kujiuliza, "Aliishije hapo mwanzo?" "Alitoka wapi?" au "alikuwa na ana mwonekano upi?"

Ujuzi na mawazo ya mwanadamu hayawezi kuvuka kiwango fulani, ambacho kinaamua kuwa kuna mwanzo na mwisho wa viumbe vyote. Hivyo tunalazimisha maswali ya wazi kwa maswali kama hayo. Hata hivyo, Mungu anaishi katika viwango vilivyo nje ya uelewa wa mwanadamu, hivyo Yeye "Alikuwepo, "Yupo," na 'Atakuwepo."

Kutoka 3 inaonyesha tukio ambapo Mungu alimwamuru Musa kuwaongoza Waisraeli kwenda katika nchi ya Kanaani. Katika tukio hilo Musa alimwuliza Mungu atawajibu kwa namna gani Waisraeli ikiwa watamwuliza jina la Mungu.

Kwa wakati huo, Mungu alimwambia Musa, "MIMI NIKO AMBAYE NIKO," na alimwamuru Musa awaambie Waisraeli,

"MIMI NIKO amenituma kwenu" (Kutoka 3:14).

"MIMI NIKO" ni maneno aliyotumia Mungu kujitambulisha Yeye mwenyewe, na yanamaanisha kuwa Mungu hakuzaliwa, hakuumbwa, lakini ni kiumbe kamili, na Yeye mwenyewe ni Muumbaji.

Mungu Alikuwa Mwanga Wenye Sauti hapo Mwanzo

Yohana 1:1 inasema, "Hapo mwanzo kulikuwako Neno, naye Neno alikuwako kwa Mungu, naye Neno alikuwa Mungu." Katika njia hii, Mungu aliyekuwa Neno mwanzoni alikuwa kiumbe aliyekuwa anaishi peke yake bila ya kuwa ameumbwa. Aliishije na aliishi wapi?

Mungu ni Roho, hivyo amekuwa katika umbo la Neno katika kipimo cha nne, kipimo cha kiroho, si katika kipimo cha tatu kinachoonekana. Mungu hakuishi akiwa katika umbo lolote bali aliishi kama mwanga mzuri usioelezeka wenye sauti safi na nyororo na alitawala mbingu na anga yote.

Na hivyo 1 Yohana 1:5 inaposema, "Na hii ndiyo habari tuliyoisikia kwake, na kuihubiri kwenu, ya kwamba Mungu ni nuru, wala giza lo lote hamna ndani yake." Ina maana ya kiroho na maelezo ya umbo la Mungu aliyekuwa mwanga mwanzo.

Hapo mwanzo Mungu aliishi kama mwanga wenye sauti ndani yake. Sauti yake ni safi, tamu na nyororo na inasikika katika mbingu yote. Waliowahi kuisikia sauti ya Mungu wanaweza kulielewa hili.

Mungu alikuwa Peke Yake Kabla ya Mwanzo wa Wakati

Mwanzo 1:26 inaonyesha kwa uwazi sura ya Utatu na ni katika sura hiyo hiyo alipoumba mbingu na dunia. "Mungu akasema, Na tumfanye mtu kwa mfano wetu, kwa sura yetu; wakatawale samaki wa baharini, na ndege wa angani, na wanyama, na nchi yote pia, na kila chenye kutambaa kitambaacho juu ya nchi.'"

Mungu Muumba alikuwepo tangu kabla ya kuanza kwa nyakati, alikwishapanga kuinua watoto Wake wa kiroho na alilitimiza hilo. Hivyo, ikiwa utamwelewa Mungu, NIKO AMBAYE NIKO, inakulazimu uharibu namna unavyowaza, nadharia na ushabiki wako na unapaswa kuikubali kazi ya uumbaji iliyofanywa na Mungu.

Tofauti na vitu vilivyoumbwa na Mungu, vitu vinavyotengenezwa na wanadamu vina kikomo na kasoro zake. Kadri ujuzi na kustaarabika kwa mwanadamu kunavyoongezeka kila wakati, ndivyo vitu na bidhaa nzuri zinavyozidi kutengenezwa, lakini hizo zina mapungufu mengi.

Baadhi ya watu hutengeneza sanamu kutokana na dhahabu, fedha, shaba, chuma na wanaziita miungu na wanazisujudia sanamu hizo na kuomba baraka. Ni sanamu tu za mbao, chuma au mawe zisizoweza kupumua, kuzungumza au kuchezesha macho (Habakuki 2:18-19).

Ijapokuwa wanadai kuwa wana hekima, kwa hakika hawawezi kutofautisha kati ya ukweli na udanganyifu, lakini badala yake wanatengeneza sanamu na kuziita miungu yao kisha wanaziabudu (Warumi 1:22-25). Huu ni ujinga na aibu kubwa?

Kwa hiyo, ikiwa watu wameabudu na kuitumikia miungu isiyo na faida kwa sababu hawakumjua Mungu, wanapaswa kutubu jambo hilo, wamwabudu Mungu, MIMI NIKO na kubeba majukumu kama watoto Wake.

3. Mungu ni Mweza wa Yote na Mwenye Kudra Zote

Mungu Muumba aliyeimba mbingu yote ni kiumbe mkamilifu anayeishi tangu kabla ya mwanzo wa wakati, ni Mweza wa yote na Mwenye kudra zote. Biblia ina kumbukumbu za maajabu na miujiza ambayo haiwezi kufanyika kwa nguvu na ujuzi au elimu ya kibinadamu.

Kazi hizi zenye nguvu za Mungu mweza na mwenye kudra zote, ambaye ni yeye yule jana na leo zilifanyika nyakati za Agano la Kale na Agano Jipya kupitia watu wa Mungu wengi waliokuwa na nguvu zake Mungu.

Hii ni kwa sababu kama Yesu alivyosema katika Yohana 4:48, "…Msipoona ishara na maajabu hamtaamini kabisa" watu huwa hawaamini wasipoona kazi za Mungu Mwenyezi.

Mungu Anaonyesha Miujiza na Ishara za Ajabu

Kutoka inaonyesha kwa kina namna ambavyo Mungu Mweza wa Yote na Mwenye Kudra alivyotenda miujiza ya ajabu kupitia kwa Musa alipokuwa anawatoa Waisraeli Misri na kuwaleta katika nchi ya Kanaani.

Kwa mfano, Mungu alipomtuma Musa kwa Farao, mfalme wa Misri, alimpiga Farao na taifa lake kwa mapigo kumi, akawawezesha Waisraeli kupita katika ardhi kavu kwa kuigawa bahari ya Shamu na kuliangamiza baharini jeshi lililotisha la Wamisri

Hata baada ya Kutoka, maji yalitoka katika mwamba, Musa alipoupiga kwa fimbo yake, maji machungu yaligeuka kuwa matamu na manna ilishuka kutoka mbinguni ili mamilioni ya watu waishi bila kuwa na wasiwasi juu ya chakula.

Baadaye katika Agano la Kale, tunamwona Mungu akimwezesha Eliya kutabiri ukame wa miaka mitatu na nusu bila mvua kunyesha na tena mvua kunyesha baada ya maombi ya Eliya na kufufua mfu.

Katika Agano jipya, tunamwona Yesu, Mwana wa Mungu akimfufua lazaro aliyekuwa amekufa kwa siku nne, akiwaponya vipofu na kuwaponya watu wengi wenye magonjwa ya kila aina, mateso na pepo. Alitembea juu ya maji na kuutuliza upepo na mawimbi ya bahari..

Mungu alitenda miujiza ya ajabu kupitia mikono ya Mtume Paulo, kiasi kwamba leso na vitambaa vilipougusa mwili wake na vikapelekwa kwa wagonjwa, wagonjwa walipona na pepo waliwatoka (Matendo 19:11-12). Ishara kadhaa ziliambatana na Petro aliyekuwa mmoja wa wanafunzi bora wa Yesu. Watu waliwaleta wagonjwa mitaani na kuwalaza vitandani na kwenye mikeka ili angalau kivuli cha Petro kiwaangukie baadhi yao wakati anapopita (Matendo 5:15).

Vilevile, tunaona katika Biblia Mungu alivyotenda miujiza na kudhihirisha ishara kupitia Stefano na Filipo, na anaendelea kutenda na kuonyesha kupitia kanisa letu hata hivi leo.

Magonjwa mengi yasiyotibika kama vile saratani, kifua kikuu na Ukimwi vinapona. Waliokufa wamefufuliwa, viwete wameweza kusimama, kutembea na kukimbia.

Zaidi ya hayo, Mungu huonyesha ishara kuu na maajabu, miujiza ya ajabu na mambo ya kushangaza; kupitia maombi kwenye simu na leso ninazoziombea, wagonjwa wengi huponywa na matamamio ya mioyo hufikiwa.

Hivyo kila atakayemwamini Mungu huyu Mkuu na kuomba kwa kufuata mapenzi yake anaweza kupata majibu ya kila anachoomba.

4. Mungu Ndiye Mwandishi wa Biblia

Mungu ni Roho, hivyo haonekani lakini daima amejionyesha katika namna nyingi. Kwa ujumla Mungu amejidhihirisha Yeye Mwenyewe kupitia asili na hasa shuhuda za watu waliopona na kupata majibu kutoka kwake. Pia, anajidhihirisha kwa kina kupitia Biblia.

Hivyo, kupitia Biblia unaweza kumjua Mungu wa kweli, ukakutana naye na kuufikia wokovu na uzima wa milele kwa kuitambua kazi ya Mungu. Kwa kuongezea, unaweza kuishi maisha yenye mafanikio na ukamtukuza Mungu kwa kuuelewa moyo wa Mungu na ukajua namna ya kumpenda na kupendwa Naye (2 Timotheo 3:15-17).

Maandiko ni Pumzi ya Mungu

2 Petro 1:21 inasema kuwa "Maana unabii haukuletwa po pote kwa mapenzi ya mwanadamu; bali wanadamu walinena yaliyotoka kwa Mungu, wakiongozwa na Roho Mtakatifu," na 2 Timotheo 3:16 inasema "Kila Andiko ni pumzi ya Mungu." Hii inamaanisha kuwa Biblia kuanzia Mwanzo mpaka Ufunuo ni Neno la Mungu lililoandikwa kwa mapenzi ya Mungu.

Kuwepo kwa vifungu vya maneno kama vile "Mungu anasema," "BWANA anasema," na "BWANA Mungu anasema." Ni uthibitisho kuwa Biblia si Neno la mwanadamu bali la Mungu.

Biblia ina vitabu 66 ambapo vitabu 39 ni vya Agano la Kale na 27 vya Agano Jipya. Inakadiriwa kuwa iliandikwa na waandishi 34 kuanzia mwaka 1500 KK (Kabla ya Kristo) mpaka mwaka 100 BK (Baada ya Kristo) na hivyo iliandikwa kwa muda wa miaka 1600. Jambo la kushangaza ni kuwa ijapokuwa iliandikwa na waandishi tofauti, Biblia inawiana kuanzia mwanzo mpaka mwisho na mstari mmoja unaingiliana na mstari mwingine.

Hivyo Isaya 34:16 inasema, "Tafuteni katika kitabu cha BWANA mkasome; hapana katika hao wote atakayekosa kuwapo, hapana mmoja atakayemkosa mwenzake; kwa maana kinywa changu kimeamuru, na roho yake imewakusanya."

Jambo hilo lingetokea kwa sababu mwandishi wa kwanza wa asili wa Biblia ni Mungu Mwenyewe, kwa sababu Roho Mtakatifu aliitawala mioyo ya waandishi na kuyakusanya maneno pamoja. Unachopaswa kukumbuka ni kuwa waandishi wa Biblia walitumiwa tu na Mungu na mwandishi halisi wa Biblia ni Mungu mwenyewe.

Kwa mfano. Tuchukulie kuna mama mzee anayeishi maeneo ya vijijini. Kisha amtumie barua mwanawe mdogo anayesoma katika jiji. Mama huyu hajui kusoma wala kuandika, hivyo anamsimulia mwanawe mkubwa ambaye ndiye anaandika barua hiyo. Mwanawe mdogo anapopata barua atasema kuwa mama yake amemtumia barua na si kaka yake mkubwa, ijapokuwa iliandikwa na kaka yake mkubwa. Ndivyo Biblia ilivyoandikwa.

Barua ya Upendo ya Mungu Imejaa Baraka na Ahadi

Biblia iliandikwa na watumishi wa Muungu waliojaa Roho ili kumfunua Mungu Mwenyewe. Ni lazima uamini ukweli kuwa ni Neno na ni Mungu mwaminifu anayejifunua Yeye Mwenyewe.

Neno la Mungu ni roho na uzima (Yohana 6:63), hivyo kila anayesikia na kuamini atapata uzima wa milele na roho yake kupata uzima tele. Kila atakayeamini na kulitii Neno la Mungu atafurahia maisha yenye mafanikio na atakuwa mtu sahihi wa Mungu akichukua nafasi baada ya Yesu Kristo.

Mungu alikuja duniani katika mwili ili kujionyesha Yeye Mwenyewe kwa wanadamu na mwili huo ulikuwa Yesu. Filipo, mwanafunzi wa Yesu hakulijua hilo na akataka Yesu amwonyeshe Mungu. Alishindwa kutambua kuwa Yesu alikuwa Mungu aliyeuvaa mwili, kama kuhitimisha methali isamayo, "Mwanga hauangazi kwenye kitako cha taa yake."

Yohana 14:8 na mistari inayofuata inaanzisha majadiliano kati ya Yesu na Filipo:

Filipo akamwambia, "Bwana, utuonyeshe Baba, yatutosha." Yesu akamwambia, "Mimi nimekuwapo pamoja nanyi siku hizi zote, wewe usinijue, Filipo? Aliyeniona mimi amemwona Baba; 'basi wewe wasemaje, Utuonyeshe Baba?' Husadiki ya kwamba mimi ni ndani ya Baba, na Baba yu ndani yangu? Hayo maneno niwaambiayo mimi siyasemi kwa shauri langu; lakini Baba akaaye ndani yangu huzifanya kazi zake." (Yohana 14:8-10).

Ijapokuwa Yesu alitoa ushahidi wenye ushawishi kuwa Yeye na Mungu ni wamoja kwa kufanya miujiza ambayo isingefanyika bila ya kuwa na nguvu ya Mungu, Filipo alitaka Yesu amwonyeshe Baba. Yesu alimwambia aamini mafundisho Yake yanayoambatana na miujiza.

Mungu alikuja duniani katika mwili ili kuonesha kuwa Yeye na Mungu ndiyo waliofanya Biblia ikaandikwa kwa sababu kwa kawaida haiwezekani wanadamu kumwona Yeye Mungu kwa macho ya kibinadamu.

Hivyo, unaweza kuwa na baraka na majibu ambayo Mungu aliahidi katika Biblia unapokuwa na ushirika mzuri na Mungu aishie kupitia Biblia, kujua mapenzi na majaliwa yake na kulitunza na kulitimiza neno lake.

5. Kila Neno Katika Biblia ni la Kweli

Kumbukumbu za kihistoria zinakuwezesha kujua kuhusu watu au matukio yaliyotokea wakati fulani siku za nyuma. Historia ni ghala la kumbukumbu ya mabadiliko ya nyakati na inakufanya ujue kwa undani mambo fulani, watu au hali za maisha katika kipindi kinachohusika.

Historia ya wanadamu imethibitisha kuwa Biblia ni ya kweli. Utaona kuwa Biblia ni ya kihistoria na ni uhalisia, hasa unapoangalia kwa umakini matukio, watu, mahali na tamaduni zilizorekodiwa katika Biblia.

Kwa kuwa Agano la Kale limetolewa kwetu kutokana na kweli muhimu zenye maana au taarifa na matukio ya kawaida yaliyowatokea watu binafsi, makundi ya watu tangu wakati wa Adamu na Hawa, Israeli imeichukulia Agano la Kale kuwa kitabu kitakatifu na kina heshima na urithi kwa kwa taifa lao mpaka hivi leo. Hata wanahistoria wamethibitisha kuwa Biblia ni sahihi.

Historia Inathibitisha Ukweli wa Biblia

Awali ya yote, kwa kufuata Biblia, Ninapenda kuwashirikisha juu ya historia ya Israeli na kuthibitisha kuwa Neno la Mungu katika Biblia ni la kweli.

Adamu ambaye ndiye baba wa wanadamu wote alimtenda Mungu dhambi, hivyo uzao wake yaani wanadamu wote baada yake wameifuata njia ya dhambi na wameishi pasipo kumjua Mungu, Muumba wao. Baada ya hapo Mungu alilichagua taifa moja na akadhamiria kuufunua mpango na makusudi yake kupitia taifa hilo.

Kwanza, Mungu alimwita Ibrahimu aliyekuwa na moyo mzuri na akamwita baba wa imani. Ibrahimu alikuwa baba wa Isaka, Isaka alikuwa baba wa Yakobo, na Mungu alimwita Yakobo "Israeli" na akaunda makabila kumi na mawili kutokana na wana wa Yakobo.

Yakobo alipokuwa hai, Mungu alimhamishia Misri na kumwezesha kuunda taifa kwa kuwaongeza wazaliwa wake na mwishowe akawaongoza kwenda katika nchi ya Kanaani.

Wakiwa jangwani Mungu aliwapa Sheria kupitia Musa, akawafunza Waisraeli kuishi kwa kulifuata Neno lake na akawaongoza kwa kulifuata Neno lake tu.

Baada ya kuongozwa mpaka nchi ya Kanaani, walistawi pale walipoishika Sheria. Israeli ilipoitumikia miungu ya sanamu na kutenda uovu, nguvu ya taifa lao ilishuka na walivamiwa na mataifa mengine. Waisraeli walifungwa gerezani na kutiwa utumwani. Walipotubu, taifa lao lilirejeshewa nguvu. Hali hii ilijirudiarudia kila wakati.

Hivyo, Mungu anawaonyesha wanadamu wote kupitia historia ya Israeli kuwa yeye yuko hai na anatawala kila kitu kupitia Neno Lake.

Unaweza kuona kuwa unabii wote ulio katika Biblia umetimilizwa na mwingine uko katika mchakato wa kutimilizwa. Kwa mfano, katika Luka 19:43-44, Yesu alizungumzia kuhusu kuanguka kwa Mji wa Yerusalemu kwa kusema:

Kwa kuwa siku zitakuja, adui zako watakapokujengea boma, likuzunguke; watakuzingira na kukuhusuru pande zote; watakuangusha chini wewe na watoto wako ndani yako, wasikuachie jiwe juu ya jiwe, kwa sababu hukutambua majira ya kujiliwa kwako.

Katika mistari hii, Yesu alimaanisha namna ambavyo mji wa

Yerusalemu ungeangamizwa kwa sababu ya kuongezeka uovu wao. Unabii huu ulitimizwa mwaka 70 B.K wakati Jemadari Tito wa utawala wa Warumi alipowaambia watu wake kujenga uzio, akauzingira na akawaua watu wengi ndani yake. Jambo hili lilitokea miaka arobaini tu tangu Yesu alipotoa unabii huu.

Katika Mathayo 24:32 Yesu alisema, "Basi kwa mtini jifunzeni mfano; tawi lake likiisha kuchipuka na kuchanua majani, mwatambua ya kuwa wakati wa mavuno u karibu." Mtini hapa unamaanisha taifa la Israeli, na mfano huu unafundisha kuwa Israeli itakuwa huru wakati ambapo kuja kwa mara ya pili kwa Yesu Kristo kutakapokaribia. Na mwishowe historia imethibitisha kuwa Neno hili la Mungu limetimilizwa ambapo Israeli iliyoangushwa mwaka 70 B.K. ilianzishwa kimiujiza tarehe 14 Mei 1948, miaka 1900 tangu kuharibiwa kwake.

Unabii wa Agano la Kale na Kutimilizwa Kwake Katika Agano Jipya

Ninashuhudia kuwa Neno la Mungu katika Biblia ni kweli kwa kuangalia na kujifunza namna ambavyo unabii katika Agano La Kale umetimilizwa nyakati za Agano Jipya.

Sheria ya Agano la Kale haikuwa njia kamilifu ya "kuwapata watoto wa kweli wa Mungu." Kilikuwa kivuli cha kumfunua Mungu. Ndiyo sababu Mungu aliahidi kuja kwa Masihi katika Agano la Kale lote. Wakati ulipofika, ili kutunza ahadi yake, alimtuma Yesu Kristo katika ulimwenga huu.

Ni ushahidi kuwa Yesu alikuja duniani kama miaka 2000 iliyopita. Historia ya magharibi imegawanyika katika makundi mawili kutegemeana na kuzaliwa kwa Yesu. "K.K." yaani Before Christ-K.K Kabla ya Kristo, ikimaanisha historia kabla ya wakati wa Yesu, ambapo "A.D." inamaanisha Anno Domini ikimaanisha "katika mwaka wa Bwana wetu." Au B.K ikimaanisha "Baada ya Kristo."

Hebu tutazame kwanza Mwanzo 3:15:

Nami nitaweka uadui kati yako na huyo mwanamke, na kati ya uzao wako na uzao wake; huo utakuponda kichwa, na wewe utamponda kisigino.

Mstari huu ulitabiri kuwa Mwokozi wetu, kama uzao wa mwanamke, atakuja na kuteketeza mamlaka ya kifo. "Mwanamke" katika kifungu hiki inamaanisha Israeli. Yesu alikuja duniani kama mwana wa Yusufu wa kabila la Yuda la Israeli (Luka 1:26-32).
Isaya 7:14 inasema, "Kwa hiyo Bwana mwenyewe atawapa ishara. Tazama, bikira atachukua mimba, atazaa mtoto mwanamume, naye atamwita jina lake Imanueli."
Hii inamaanisha kuwa Mwana wa Mungu atatumwa ili awe upatanisho kwa ajili ya dhambi za wanadamu baada ya bikira kupata mimba kwa uwezo wa Roho Mtakatifu. Hakika, Yesu alizaliwa na Bikira Mariamu kwa uwezo wa Roho Mtakatifu (Mathayo 1:18-25).
Ilitabiriwa katika Mika 5:2 kuwa Yesu atazaliwa katika mji wa Bethlehemu Mika 5:2 inasema:

Bali wewe, Bethlehemu Efrata, uliye mdogo kuwa miongoni

mwa elfu za Yuda; kutoka kwako wewe atanitokea mmoja atakayekuwa mtawala katika Israeli; ambaye matokeo yake yamekuwa tangu zamani za kale, tangu milele.

Katika kutimiliza Neno hili, Yesu alizaliwa katika mji wa Bethlehemu ya Yuda wakati wa utawala wa Mfalme Herode. Hata historia inathibitisha hili.

Mauaji ya watoto wadogo wengi yaliyofanywa na Mfalme Herode Yesu alipozaliwa (Yeremia 31:15; Mathayo 2:16), Yesu kuingia Yerusalemu (Zekaria 9:9; Mathayo 21:1-11), na Yesu kupaa kwenda mbinguni (Zaburi 16:10; Matendo 1:9) ulikuwa unabii na ulitimilizwa.

Kwa kuongezea, usaliti wa Yuda Iskariote, aliyekuwa mfuasi na mwanafunzi wa Yesu kwa miaka mitatu (Zaburi 41:9) na kumsaliti kwake Yesu kwa vipande thelathini vya fedha (Zekaria 11:12) wote ni unabii uliotimilizwa.

Hivyo unaweza kuamini kuwa Biblia ni ya kweli na hakika ni Neno la Mungu, hasa unapoona kuwa unabii wote katika Agano la kale ulitimilizwa.

Unabii za Biblia Ambao Haujatimilizwa

Mungu alimfanya Yesu Kristo mwokozi wetu atimilize unabii wote wa Agano la Kale nyakati za Agano Jipya. Kila unabii kuhusu Yesu, mwenendo wa historia ya Israeli na historia ya wanadamu vilitimilizwa bila ya kuwepo hitilafu yo yote. Uchunguzi wa historia ya ulimwengu unaongoza kujua kuwa maneno yote ya unabii katika Biblia ni ya kweli na yatatimilizwa na yametimilizwa.

Unabii katika nyakati za Agano la Kale na Jipya umetabiri juu ya kuanguka kwa tawala za ulimwengu, kuanguka na kujengwa upya kwa Yerusalemu na mustakabali wa masuala ya watu muhimu. Unabii mwingi katika Biblia umetimilizwa na unatimilizwa kwa sasa, na watu bado hawajaona Kuja kwa Mara ya pili kwa Yesu, Unyakuo, Utawala wa Milenia na Hukumu ya Kiti cha Enzi Cheupe. Kwa sasa Bwana wetu anakuandalia mahali kama alivyoahidi (Yohana 14:2), na muda si mrefu atakupeleka mahali pa milele.

Ulimwengu wetu kwa sasa unateseka kutokana na njaa, matetemeko ya ardhi, hali mbaya za hewa na ajali nyingi. Usiyachukulie kama bahati mbaya tu lakini badala yake unapaswa kutambua kuwa Kuja kwa Mara ya Pili kwa Yesu kumekaribia (Mathayo 24:3-14). Unapaswa kuufikia wokovu kamili kwa kuwa macho huku ukijiandaa kama bibi harusi.

Sura ya 2

Mungu Huumba na Kumstawisha Mwanadamu

1. Mungu Huumba Wanadamu
2. Kwa nini Mungu Huwastawisha Wanadamu
3. Mungu Hutenganisha Ngano na Makapi

"*Mungu akaumba mtu kwa mfano wake, kwa mfano wa Mungu alimuumba, mwanamume na mwanamke aliwaumba. Mungu akawabarikia, Mungu akawaambia, Zaeni, mkaongezeke, mkaijaze nchi, na kuitiisha; mkatawale samaki wa baharini, na ndege wa angani, na kila kiumbe chenye uhai kiendacho juu ya nchi.*"

Mwanzo 1:27-28

Angalau mara moja katika maisha yako, unaweza kuuliza maswali ya msingi kama asili-au chanzo, kikomo au makusudio, malengo na maana katika maisha. Kisha ujaribu kupata majibu. Watu wengi hujaribu njia nyingi ili kutatua matatizo haya lakini wanaishia kupita tu wasipate majibu ya msingi.

Watu maarufu wenye hekima ulimwenguni kama vile Confucius, Buddha, au Socrates walijitahidi pia kutafuta majibu haya ya msingi. Confucius aliangazia zaidi uadilifu, uliosisitiza kuwa ukamilifu kimaadili ndiyo jambo bora na alijipatia wanafunzi wengi. Buddha alifanya maungamo mengi ili akombolewe kutokana na mambo ya kiulimwengu. Socrates aliitafuta kweli katika njia yake mwenyewe na akatafuta elimu ya kweli.

Hakuna hata mmoja wao aliyepata suluhisho la msingi na la kudumu, aliyeufikia ukweli halisi au kupata uzima wa milele. Hiyo ni kwa sababu ukweli uliofichwa kabla ya kuumbwa kwa ulimwengu ni kitu cha kiroho kisichoonekana na kukamatika. Huwezi kupata majibu sahihi kuhusu uhai mpaka uelewe majaliwa ya Mungu Muumba kuhusu kumstawisha mwanadamu.

1. Mungu Huumba Wanadamu

Muunganiko wa ajabu wa mifumo ya ogani, seli na tishu za mwili wa mwanadamu hauwezi kupimika. Mungu aliyemuumba mwanadamu kwa namna hii anataka kujipatia watoto wa kweli ambao atashirikiana nao upendo milele. Kwa malengo haya, Mungu alimuumba mtu kwa mfano Wake Yeye Mwenyewe na akamstawisha na kuandaa mbinguni kwa ajili yake.

Sasa, Mungu aliumbaje kila kitu katika mfumo wa anga na ulimwengu na akamuumba wanadamu?

Siku Sita za Uumbaji wa Mungu

Mwanzo 1 inaelezea vizuri mchakato ambao Mungu alipitia katika kuumba mbingu na dunia katika siku sita. Mungu alisema, "Iwe nuru," na nuru ikawepo (Mwanzo 1:3). Kisha alisema, "Maji yaliyo chini ya mbingu na yakusanyike mahali pamoja, ili pakavu paonekane.," na tunajua ilikuwa hivyo (Mwanzo 1:9). Na kadhalika.

Kama inavyosema katika Waebrania 11:3 kwamba, "Kwa imani twafahamu ya kuwa ulimwengu uliumbwa kwa neno la Mungu, hata vitu vinavyoonekana havikufanywa kwa vitu vilivyo dhahiri," Mungu aliumba mbingu na nchi kwa Neno lake.

Mungu aliumba nuru (mwanga) siku ya kwanza na mbingu na anga siku ya pili. Siku ya tatu, Mungu aliposema, "Maji yaliyo chini ya mbingu na yakusanyike mahali pamoja, ili pakavu paonekane" (kif. 9), ilikuwa hivyo na Mungu akaita pakavu Nchi na mkusanyiko wa maji akauita Bahari. Kisha Mungu akasema, "Nchi itoe majani, mche utoao mbegu, na mti wa matunda uzaao matunda kwa jinsi yake, ambao mbegu zake zimo ndani yake, juu ya nchi" (kif.11), nchi ikaota majani, miti ikatoa mbegu kwa aina zake na miti ikatoa matunda yenye mbegu ndani yake kwa aina zake. Siku ya nne, aliumba jua, mwezi, na nyota katika mbingu (anga), akaliweka jua kutawala mchana na mwezi kutawala usiku. Siku ya tano, aliumba viumbe wa baharini na kila kiumbe kinachoishi katika maji, kwa aina yake na kila ndege arukaye kwa jinsi yake. Siku ya sita aliumba wanyama wa kufugwa, viumbe watambaao na wanyama wa mwituni, kila mnyama kwa jinsi yake.

Mwanadamu Aliumbwa kwa Mfano wa Mungu

Mungu Muumba alikuwa ameandaa mazingira kwa muda wa siku sita, mazingira ambayo mwanadamu angeishi, kisha akamuumba mwanadamu kwa mfano wake. Alimbariki mwanadamu kama bwana wa viumbe vyote na akamwambia avitiishe na kuvitawala.

Mungu akaumba mtu kwa mfano wake, kwa mfano wa Mungu alimuumba, mwanamume na mwanamke aliwaumba. Mungu akawabarikia, Mungu akawaambia, "Zaeni, mkaongezeke, mkaijaze nchi, na kuitiisha, mkatawale samaki wa baharini, na ndege wa angani, na kila kiumbe chenye uhai kiendacho juu ya nchi." (Mwanzo 1:27-28).

Mungu alimuumbaje mtu?

BWANA Mungu akamfanya mtu kwa mavumbi ya ardhi,

akampulizia puani pumzi ya uhai; mtu akawa nafsi hai (Mwanzo 2:7).

Katika mstari huu, mavumbi yanamaanisha udongo wa mfinyanzi. Mfinyanzi mwerevu anayetumia udongo wa kiwango cha hali ya juu hutengeneza vifaa na vyombo vya udongo vya thamani ya juu. Tofauti na baadhi ya wafinyanzi wengine hutengeneza vifaa au vyombo vya udongo visivyong'arishwa, vigae vya kuezekea au matofali.

Thamani ya vifaa vya udongo hutegemea na aliyevitengeneza, vimetengenezwa kwa umaridadi wa kiwango gani, udongo wa aina gani umetumika, na ni chombo cha aina gani. Kama ambavyo Mwenyezi Mungu, Muumba alimuumba mtu kwa mfano wake, alimtengeneza kwa uzuri wa namna gani?

Baada ya kumuumba mtu kwa mfano Wake kutokana na mavumbi, Mungu alimpulizia puani, pumzi ya uhai, ambayo ndiyo nguvu ya kuishi. Kisha mtu akawa roho inayoishi. Pumzi ya uhai ni uwezo, nguvu, na roho ya Mungu.

Mungu Alimpulizia Mtu Pumzi ya Uhai

Unapowaza kuhusu taa ya umeme inavyowaka na kutoa mwanga, unaweza kuelewa kwa urahisi zaidi namna ambavyo mwanadamu aliumbwa kama roho inayoishi. Ikiwa unataka kuifanya taa iwake, ni lazima uandae taa iliyotengenezwa vizuri kisha uiunganishe kwenye umeme. Hata hivyo haiwezi kuwaka mpaka uwashe umeme.

Hata runinga ya nyumbani mwako hufanya kazi vivyo hivyo. Huwezi kuona kitu chochote kabla ya kuiwasha, lakini ukishaiwasha, unaweza kuona vitu na kusikia sauti mbalimbali. Unapowasha ndipo unaona sura ndani yake na kusikia sauti. Hivyo inawezekana kutokana na muunganiko wa hali ya juu wa sehemu na vitu vingi vya kielekroniki uliofanyika ndani ya runinga.

Vivyo hivyo, si tu kwamba Mungu aliumba umbo la mtu lakini pia sehemu za ndani na mifupa kutoka katika mavumbi ya ardhi. Alitengeneza mishipa ili damu iweze kupita na mfumo wa fahamu ili kufanya kazi yake kikamilifu.

Nguvu ya Mungu inaweza kubadilisha mavumbi kuwa ngozi laini ikiwa na wakati anaotaka. Kama vile kuruhusu mtiririko wa umeme, alimpulizia mtu pumzi ya uhai. Kisha damu ndani ya mtu ikaanza kuzunguuka papo hapo na akaweza kupumua na kutembea.

Kwa kuongezea, kwa sababu Mungu hutengeneza sehemu za kutunzia kumbukumbu katika ubongo wa mwanadamu, wanadamu huweka kumbukumbu za yale wanayosikia na kuhisi katika ubongo wao. Kinachowekwa humo na kukumbukwa kinaitwa elimu au ufahamu, na ufahamu unapozalisha huitwa mawazo. Na unapotumia ufahamu uliotunzwa maishani, unaita busara ua hekima..

Wanadamu, ijapokuwa ni viumbe tu, wameongezeka maarifa na ujuzi na kuendeleza ustaarabu mwingi wa sayansi. Na sasa, wanatafiti mfumo wa mbigu na anga na kutengeneza kompyuta na kuweka taarifa nyingi humo na hivyo wanafaidi sana kutokana na kompyuta kama ambavyo Mungu alitengeneza sehemu za kutunza kumbukumbu katika ubongo wa mwanadamu. Wametumia muda mwingi kutengeneza uwezo bandia 'Artificial Intelligent' katika kutengeneza kompyuta zinazoweza kutambua herufi au sauti ya mtu na kuwasiliana na wengine. Zitaendelea kuboreshwa zaidi kadri muda unavyokwenda.

Ilikuwa rahisi kiasi gani kwa Mungu Mwenyezi Muumba kumuumba mtu kutoka katika mavumbi ya ardhi na kumpulizia pumzi ya uhai ili awe kiumbe hai! Ni rahisi sana kwa Mungu aliyeweza kutengeneza kitu kutokana na utupu, lakini ni jambo la kushangaza na gumu sana kwa mwanadamu. (Zaburi 139:13-14).

2. Kwa nini Mungu Huwastawisha Wanadamu

Yesu anatufundisha kuhusu majaliwa mengi ya Mungu kupitia mifano mingi. Kwa sababu ulimwengu wa kiroho hauwezi kueleweka kwa kutumia ujuzi wa kibinadamu, Yesu alitumia vitu vya kidunia alipozungumza kwa mifano ili watu wamwelewe.

Mifano mingi inahusika na ustawishaji. Kwa mfano, kuma mfano wa mpanzi (Mathayo 13:3-23; Marko 4:3-20; Luka 8:4-15), mfano wa mbegu ya haradali (Mathayo 13:31-32; Marko 4:30-32; Luka 13:18-19), mfano wa magugu shambani (Mathayo

13:24-30, 36-43), mfano wa shamba la mizabibu (Mathayo 20:1-16), na mfano wa wakulima waliokodishiwa shamba (Mathayo 21:33-41; Marko 12:1-9; Luka 20:9-16).

Mifano hii inatuonyesha kuwa, kama ambavyo wakulima husafisha shamba, wanapanda mbegu, wanazistawisha na kuvuna mazao, ndivyo ambavyo Mungu hupanda na kuvuna wanadamu duniani na atatenganisha kati ya ngano na makapi.

Mungu Anataka Kuwaonyesha Watoto Wake Upendo wa Kweli

Si kwamba Mungu ana Uungu tu, bali pia ana ubinadamu. Uungu ni nguvu ya Mungu Muumba, Mweza Yote na Mwenye Kudra zote na ubinadamu ni akili za mwanadamu. Hivyo, Mungu aliumba na anatawala mbingu, ulimwengu na anga yote. Pia anahisi furaha, hasira, huzuni na raha na anataka kuwaonyesha watoto wake upendo.

Mara nyingi Biblia imetuonyesha kuwa Mungu ana tabia kama wanadamu; Mungu hufurahi na kuwabariki wanadamu, hufanya yaliyo haki, lakini huomboleza/lalamika na kunguruma kwa hasira wanapotenda dhambi. Hamu ya Mungu kuwasiliana na watoto wake na kuwapa vitu vizuri mara nyingi huelezewa kupitia Neno la Mungu.

Ikiwa Mungu angekuwa na sifa za Uungu tu, Asingepumzika baada ya siku ya sita baada ya kumaliza uumbaji wa mbingu, anga na ulimwengu, na asingetaka kuwa na uhusiano nasi, akisema,

"Ombeni bila kukoma" (1 Thesalonike 5:17), "Niite, nami nitakuitikia, nami nitakuonyesha mambo makubwa, magumu usiyoyajua" (Yeremia 33:3).

Wakati mwingine unataka uwe peke yako, lakini pengine uwe na furaha unapokuwa na rafiki yako anayeweza kukuonyesha upendo. Vivyo hivyo, Mungu alimuumba mtu kwa mfano wake kwa sababu anataka kubadilishana upendo na mtu fulani. Anastawisha roho za wanadamu hapa duniani kwa sababu anataka watoto halisi wanaoweza kuuelewa moyo wake na kumpenda yeye kutoka katika mioyo yao.

Mungu Anataka Watoto Wanaotii kwa Utashi Wao Wenyewe Bila Kulazimishwa

Baadhi ya watu wanaweza kujiuliza kwa nini Muungu aliwaumba wanadamu na amekuwa akiwakuza ijapokuwa kuna malaika watiifu wengi mbinguni. Hata hivyo, malaika wengi hawana sifa za kibinadamu zilizo muhimu katika kuonyesha upendo. Kwa maneno mengine hawana utashi binafsi wa kujiamulia mambo. Hutii amri kama mashine za roboti, lakini hawawezi kusikia furaha, hasira au raha kama walivyo wanadamu. Kwa hiyo hawawezi kushiriki upendo pamoja na Mungu.

Kwa mfano, tuchukulie kuwa una watoto wawili. Mmoja wao hutii amri zako kuonyesha kutoridhika, kuwa na maoni tofauti au upendo kama mashine ya roboti. Mwingine huumiza hisia zako, lakini baadaye anasikitishwa na matendo yake, anakurudia kwa upendo na hisia kali na anajionyesha namna hali hiyo ilivyomkosesha raha kwa namna nyingi. Sasa, nani kati yao utampenda zaidi? Hakika ni huyu wa pili.

Tuchukulie kwa mfano una mashine ya roboti inayokupikia, inasafisha nyumba na inakutumikia. Hata hivyo hutaipenda roboti kuliko watoto wako. Haijalishi roboti inaweza kukufanyia kazi namna gani na inaweza kuwa ya msaada kiasi gani, haiwezi kuchukua nafasi ya watoto wako.

Vivyo hivyo, Mungu anapendelea wanadamu ambao kwa furaha wanamtii Yeye kwa utashi wao binafsi wakiwa na sababu na hisia kuliko malaika na viumbe wengine walio mbinguni, wanaotenda kama mashine zilizowekwa kwenye programu kama roboti. Anawapa wanadamu utashi binafsi na Neno Lake. Kisha anawafundisha mema na maovu na njia ya wokovu na mauti. Anawasubiri kwa uvumilivu mpaka wanapokuwa watoto wake halisi.

Mungu Huwastawisha Wanadamu Akiwa na Hisia Kama Mzazi

Katima Mwanzo 6:5-6 imeandikwa kuwa "BWANA akaona ya kuwa maovu ya mwanadamu ni makubwa duniani na kwamba kila kusudi analowaza moyoni mwake ni baya tu siku zote. BWANA akaghairi kwa kuwa amemuumba mwanadamu duniani, akahuzunika moyo."

Je, hii inamaanisha kuwa Mungu hakuujua ukweli huu

alipomuumba mtu? Ni dhahiri alilijua. Mungu anajua kila kitu na ni mwenye kudra zote na alijua kila kitu kabla ya mwanzo wa wakati. Hata hivyo aliwaumba wanadamu na ameendelea kuwastawisha

Ikiwa wewe ni mzazi, pengine unalielewa hili kwa urahisi zaidi- kwamba ni vigumu kuzaa na kuwakuza watoto! Mwanamke anapokuwa mjamzito, anapata maumivu mengi kwa muda wa miezi tisa. Wakati wa kujifungua, anapata uchungu mwingi. Ili kumlisha, kumvisha na kuwafundisha watoto, wazazi hujibidiisha na kufanya kazi kwa bidii sana mchana na usiku. Watoto wanapochelewa kurudi nyumbani, wazazi huwa na wasiwasi. Wanapougua wazazi wao huhisi maumivu makali kuliko watoto wenyewe.

Kwa nini wazazi wanawakuza watoto wao japo wanapitia maumivu kama haya na kuweka bidii kubwa? Sababu ni kuwa wazazi wanataka viumbe au watu watakaowaonyesha upendo, wanaoweza kuhisi upendo wa wazazi kutoka katika mioyo yao. Kwa wazazi, maumivu haya yanawapa furaha. Zaidi ya hayo ni jambo la kupendeza kama watoto watafanana na wazazi wao! Hata hivyo watoto wote hawawezi kuwa watiifu kwa wazazi wao. Baadhi ya watoto huwapenda na kuheshimu wazazi wao, lakini wenginge huwahuzunisha.

Vivyo hivyo kujua uchungu wa kuwakuza watoto, wazazi hawachukulii kuwa huo ni uchungu. Badala yake, wanafanya juhudi kubwa, wakitarajia watoto wao wakue vyema na wawe furaha yao. Katika namna hiyo hiyo Mungu alijua kuwa wanadamu wasingetii, wangepotoka na kusababisha huzuni, lakini alijua kuwa wangekuwepo baadhi ya watoto ambao wangeshiriki upendo pamoja naye. Ndiyo maana Mungu aliwaumba wanadamu na amekuwa akiwakuza kwa kupenda kwake Yeye mwenyewe kwa ridhaa yake.

Mungu Anataka Kutukuzwa na Watoto Wake Halisi

Mungu hastawishi roho za wanadamu duniani ili apate watoto halisi na atukuzwe kupitia wao. Mungu anaweza kupata utukufu kutoka kwa makundi ya malaika na wazee ishirini na nne walio mbinguni wakimsifu na kumwabudu. Lakini, anachokitaka ni kutukuzwa na watoto Wake halisi kutoka katika mioyo yao aliowastawisha Yeye mwenyewe duniani.

Katika Isaya 43:7 Mungu anasema "Kila mmoja aliyeitwa kwa jina langu, niliyemwumba kwa ajili ya utukufu wangu; mimi nimemuumba, naam, mimi nimemfanya," na anakuamuru katika 1 Wakoritho 10:31 anaposema, "Basi, mlapo, au mnywapo, au mtendapo neno lolote, fanyeni yote kwa utukufu wa Mungu."

Mungu ni Muumba, Upendo na Haki. Alimtoa Mwanawe wa pekee ili kutuokoa na kutuandalia mbinguni na uzima wa milele. anastahili kusifiwa sana. Aidha, anataka kurudisha utukufu kwa wale wanaomtukuza Yeye.

Hivyo basi, tunapaswa kuwa watoto halisi wa Mungu tunaoweza kushirikiana naye upendo milele kwa kuelewa ni kwa nini Mungu anataka kutukuzwa na watoto wake aliowastawisha kiroho.

3. Mungu Hutenga Ngano na Makapi

Wakulima huilima ardhi wakiwa na lengo la kuvuna mazao mengi. Mungu pia anataka kustawisha roho za wanadamu duniani ili apate watoto halisi ambao si tu kwamba wanampenda na kumtukuza Yeye kutoka katika mioyo yao, lakini pia wanamwonyesha upendo milele mbinguni.

Wakati wa mavuno kuna ngano na makapi, hivyo wakulima hutenga ngano na makapi, hutunza ngano yao katika maghala na makapi huchomwa moto. Kwa namna hiyo hiyo, Mungu atatenganisha ngano na makapi mwishoni, wakati wa kuvuna roho za wanadamu.

Ambaye pepeto lake li mkononi mwake, naye atausafisha sana uwanda wake; na kuikusanya ngano yake ghalani, bali makapi atayateketeza kwa moto usiozimika (Mathayo 3:12).

Hivyo ni lazima uamini kwa dhati kuwa Mungu anazistawisha roho za wanadamu duniani, na kwa muda wake mwenyewe atakusanya ngano-ambao ni watoto wake halisi-mbinguni kwenye uzima wa milele, na atayachoma makapi kwa moto usiozimika wa Jehanamu.

Hivyo, tuchunguze kwa undani ngano na makapi ni aina gani ya watu mbele za Mungu, na mbinguni na Jehanamu ni mahali pa namna gani.

Ngano na Makapi

Ngano inawakilisha watu wanaompokea Yesu Kristo, wanatembea katika kweli na wanampenda Mungu. Ni watoto wa nuru wanaoipata taswira iliyopotea ya Mungu na kufanya kila anachoamuru Mungu.

Kinyume chake, makapi yanawakilisha wale ambao hawampokei Yesu Kristo, au wale wanaodai kuamini lakini hawaishi kufuatana na Neno la Mungu, wanaishi kwa kufuata tamaa zao mbaya.

1 Timotheo 2:4 inamweleza Mungu kama "…anayetaka watu wote waokolewe, na kupata kujua yaliyo kweli." Hii ni kusema kuwa, Mungu anataka wanadamu wote wawe ngano na waingie katika ufalme wa mbinguni. Mungu anajaribu kukufanya ulitambue hili katika njia nyingi na akuongoze katika njia ya wokovu. Hata hivyo, baadhi ya watu mwishowe hawafuati matakwa na majaliwa ya Mungu kutokana na utashi wao wenyewe. Watu hawa si bora kuliko hayawani mbele za Mungu kwa sababu wamepoteza maadili ya kibinadamu.

Wakulima huchoma makapi au kuyatumia kama mbolea kwa sababu wakiyatunza makapi pamoja na ngano katika ghala, ngano itaoza. Kwa hiyo, Mungu hataruhusu makapi kuingia katika ufalme wa mbinguni mahali ambako ngano itakuwa. Tofauti na wanyama, mwanadamu ana roho wa milele kwa sababu Mungu alimpulizia pumzi ya uhai ndani yake alipomuumba. Hivyo Mungu hawezi kuyaharibu makapi na kuyaacha yalundikane bure.

Haiepukiki kwa Mungu kuikusanya ngano mbinguni na kuwafanya waifurahie raha ya milele na kuchoma makapi kwenye moto usiozimika wa Jehanamu milele na milele. Hivyo, ni lazima uuweke ukweli huu akilini ili usitupwe katika moto wa Jehanamu.

Uzuri wa Mbinguni na Kutisha kwa Jehanamu

Kwa upande mmoja, mbinguni ni kuzuri sana hivi kwamba huwezi kulinganisha na chochote kilicho katika ulimwengu huu. Kwa mfano, maua katika ulimwengu huu hunyauka mapema, lakini maua ya mbinguni hayanyauki na wala hayaanguki kwa sababu kila kitu kilicho mbinguni ni cha milele. Barabara zimetengenezwa kwa dhahabu iliyo safi na inayoakisi kama kioo, Mto wa Maji ya Uzima unaong'ara kama bilauri unapita na nyumba zimetengenezwa kwa kila aina ya mawe ya thamani. Si rahisi kukielezea kila kitu. (tafadhali soma: Mbinguni kitabu cha I & II).

Na Jehanamu ndiko ambako minyoo haifi, na moto hauzimiki. Kila mtu huko ataunguzwa kwa moto (Marko 9:48-49). Zaidi ya hapo, kuna ziwa lenye asidi iwakayo ambalo lina moto mkali mara saba ya moto wa Jehanamu (Ufunuo 20:10, 15). Wasiookoka lazima wataishi katika ziwa la moto usiozimika au katika ziwa liwakalo asidi. Inatisha sana kuishi huko (tafadhali soma kitabu: Jehanamu)!

Ndiyo sababu Yesu alisema katika Marko 9:43 kuwa "Na mkono wako ukikukosesha, ukate; ni afadhali kuingia katika uzima ukiwa kibutu, kuliko kuwa na mikono miwili, na kwenda zako Jehanamu, kwenye moto usiozimika"

Kwa nini ni lazima Mungu wa upendo atengeneze sehemu hizo mbili, Jehanamu inayotisha na Mbinguni kulizo kuzuri? Ikiwa wanadamu waovu wataruhusiwa kuingia na kuishi mahali ambapo watu wema na wanaopendwa na Mungu wataishi, litakuwa jambo lisilo zuri na la kuumiza kwa watu wema na kwa sababu mbingu itajaa uovu. Kwa kifupi, Mungu alitengeneza Jehanamu kwa sababu anawapenda wanadamu na anataka kuwapa watoto wake mambo mazuri tu.

Hukumu ya Kiti Kikuu Cha Enzi Cheupe

Kama ambavyo mkulima hupanda mbegu na kuvuna mwaka baada ya mwaka, Mungu amekuwa akizipanda na kuzistawisha roho za wanadamu tangu Adamu alipofukuzwa katika Bustani ya Edeni na anaendelea kufanya hivyo mpaka Yesu atakaporudi tena.

Mungu aliyaonyesha mapenzi yake kwa mababu waliotangulia kama vile Nuhu, Ibrahimu, Musa, Yohana Mbatizaji, Petro na Mtume Paulo. Na leo hii anaendelea kuzistawisha roho za wanadamu kupitia watumishi wake. Na kama ambavyo mwisho huja baada ya mwanzo, uvunaji wa roho za wanadamu hautaendelea milele.

2 Petro 3:8 inatuambia kuwa, "Lakini, wapenzi, msilisahau neno hili, kwamba kwa Bwana siku moja ni kama miaka elfu, na miaka elfu ni kama siku moja." Kama ambavyo Mungu alipumzika siku ya saba baada ya kuumba ulimwengu kwa siku sita, kuja kwa Yesu na Utawala wa Miaka elfu, kipindi cha Sabato kitakuja baada ya miaka elfu sita baada ya kutotii kwa Adamu. Baada ya hapo, kupitia hukumu ya mwisho ya Kiti Kikuu Cheupe cha Enzi, Mungu ataruhusu ngano kuingia mbinguni na makapi kuchomwa kwenye moto wa Jehanamu.

Hivyo, ninaomba katika jina la Bwana Yesu Kristo uelewe kwa undani majaliwa ya Mungu na upendo wa ustawishaji wa wanadamu, uishi maisha ya baraka na umtukuze Mungu huku ukiwa na matumaini makuu ya kuingia mbinguni.

Sura ya 3

MTI WA UJUZI WA MEMA NA MABAYA

1. Adamu na Hawa katika Bustani ya Edeni
2. Adamu Hakutii kwa Utashi wake Mwenyewe
3. Mshahara wa Dhambi ni Mauti
4. Kwa nini Mungu Aliuweka Mti wa Ujuzi wa Mema na Mabaya Katika Bustani ya Edeni

"BWANA Mungu akamtwaa huyo mtu, akamweka katika bustani ya Edeni, ailime na kuitunza. BWANA Mungu akamwagiza huyo mtu, akisema, 'Matunda ya kila mti wa bustani waweza kula, Lakini matunda ya mti wa ujuzi wa mema na mabaya usile, kwa maana siku utakapokula matunda ya mti huo utakufa hakika'"

Mwanzo 2:15-17

Wale wasioujua upendo wa Mungu Muumba na majaliwa yake ya ndani kabisa ya kuwakuza watoto wake halisi wanaweza kuuliza, "Kwa nini Mungu aliuweka mti wa ujuzi wa mema na mabaya katika Bustani ya Edeni?" "Kwa nini alimwachia mtu wa kwanza akauendea uharibifu?" Wanadhani kuwa ikiwa Mungu asingeupanda mti huu katika Bustani ya Edeni, mwanadamu angeishi akiwa mwenye furaha na hivyo angeyafurahia maisha milele katika Bustani ya Edeni.

Baadhi ya watu kwa kutoamini kuwa Mungu ni mwenye Maarifa na Mweza wa yote, wanadiriki hata kusema kuwa "Mungu angelijua kabla kuwa Adamu angekula matunda ya mti wa ujuzi wa mema na mabaya." Je aliuotesha mti huu katika Bustani ya Edeni akiwa na ufahamu finyu bila kujua kuwa Adamu asingekuwa mtiifu hapo baadaye? Au Je, Mungu aliuweka mti huo katika Bustani ya Edeni ili kumwongoza mtu kwenye njia ya mauti? Hapana si hivyo!

Sasa, kwa nini Mungu aliuweka mti wa ujuzi wa mema na mabaya katikati ya Bustani ya Edeni? Kwa nini Mungu hakuitii amri ya Mungu na akaangukia katika njia ya mauti?

1. Adamu na Hawa katika Bustani ya Edeni

Mungu alimuumba mtu kutokana na mavumbi ya ardhi na

kumpulizia pumzi ya uhai katika pua yake, na mtu akawa kiumbe hai (Mwanzo 2:7). Kiumbe hai ni kiumbe wa kiroho asiye na ujuzi wa aina yo yote mwanzoni anapokuwa ameumbwa. Hebu tuchukue mfano rahisi. Mtoto mchanga aliyezaliwa hana busara wala ujuzi. Ubongo wake hauna mfumo wa kuweka kumbukumbu, hajawahi kuona, kusikia au kufundishwa chochote. Hivyo mtoto anaweza kutenda kwa kufuata silika.

Vivyo hivyo Adamu hakuwa na busara au ujuzi wa kiroho mara ya kwanza alipofanywa kuwa kiumbe hai..

Adamu Alijifunza Ujuzi wa Maisha Kutoka kwa Mungu

Mungu alitengeneza Bustani mashariki, katika eneo la Edeni na akamweka Adamu humo. Mungu alimpa Adamu ujuzi kuhusu maisha na ukweli wakiwa wao peke yao, wakitembea ili Adamu aweze kuitawala na kuitunza Bustani ya Edeni.

Mwanzo 2:19 reads, "BWANA Mungu akafanyiza kutoka katika ardhi kila mnyama wa msituni, na kila ndege wa angani, akamletea Adamu ili aone atawaitaje; kila kiumbe hai, jina alilokiita Adamu likawa ndilo jina lake." Adamu alipewa ujuzi wa kutosha kuhusu maisha ili aweze kutawala juu ya vitu vyote.

Pia, Mungu aliona kuwa si vizuri Adamu awe peke yake. Hivyo, akampa Adamu usingizi ili amtengenezee msaidizi atakayemfaa. Mungu aliuchukua mfupa mmoja wa mbavu wa Adamu, kisha akafunika kwa nyama alipokuwa amelala. Kisha akamuumba mwanamke kutokana na mfupa alioutoa kwa Adamu, kisha akamleta kwa Adamu. Mungu alimuunganisha mwanaume na mke wake na wote wawili wakawa mwili mmoja (Mwanzo 2:20-22).

Ilikuwa hivyo si kwa sababu Adamu alijisikia mpweke lakini ni kwa sababu Mungu mwenyewe alikuwa peke yake kwa Muda mrefu kabla ya mwanzo wa wakati na alijua upweke ulivyo. Rehema na upendo mkuu wa Mungu ulimfanya Mungu amuumbie Adamu mtu wa kumsaidia na Yeye kwa kujua mazingira ya Adamu tangu mwanzo, alimbariki mwanaume, na mke wake ili wazae matunda, wastawi na kuijaza nchi.

Maisha Marefu ya Adamu Katika Bustani ya Edeni

Sasa, Adamu na Hawa mke wake waliishi kwa muda gani katika Bustani ya Edeni? Biblia haizungumzii jambo hili kwa undani sana, lakini ni lazima ujue kuwa waliishi katika bustani kwa muda mrefu sana zaidi ya watu wengi wanavyodhani.

Biblia inaelezea kuhusu ukweli huu katika mistari michache sana. Hivyo, watu wengi hudhani kuwa Adamu alikula tunda la mti wa ujuzi wa mema na mabaya muda mfupi tu baada ya Mungu kumweka katika Bustani ya Edeni. Baadhi ya watu huuliza, "Biblia inasema kuwa historia ya mwanadamu ni miaka elfu sita, lakini unawezaje kufafanua kuhusu mafuvu mengi yanayoonekana kuwepo kwa mamia elfu ya miaka iliyopita?"

Historia ya ustawishwaji wa mwanadamu katika Biblia ni miaka kama 6,000, kuanzia wakati ambapo Adamu na Hawa walifukuzwa katika Edeni. Haijumuishi muda mrefu walioishi katika Bustani ya Edeni. Muda mrefu ulipopita, kumekuwepo na mabadiliko ya kijeografia na kijeolojia kama vile matetemeko na mizunguuko ya uzazi na kikomo yaliyotokea katika dunia. Kama inavyoeleza katika sura ya kwanza, mafuvu mengi yanathibitisha hili.

Kama Mungu alivyombariki Adamu na mkewe katika Mwanzo 1:28, mwanadamu wa kwanza, Adamu, kabla ya kulaaniwa, alitembea na Mungu na kuzaa watoto wengi kwa muda mrefu na kuijaza Bustani ya Edeni. Kama bwana na mkuu wa vitu vyote vilivyoumbwa, Adamu aliitiisha dunia pamoja na Bustani ya Edeni.

2. Adamu Hakutii kwa Utashi wake Mwenyewe

Mungu alimpa Adamu na Hawa kila mmoja wao utashi wa kutii na aliwaruhusu waifurahie Bustani ya Edeni na raha zilizokuwamo ndani yake. Hata hivyo kilikuwapo kitu kimoja ambacho Mungu aliwakataza. Mungu aliwaamuru wasila matunda ya mti wa ujuzi wa mema na mabaya..

Ikiwa Adamu angemwelewa Mungu kwa undani na akampenda Mungu kwa dhati, asingekula matunda yaliyokatazwa kwa sababu aliijua amri ya Mungu. Hata hivyo, si kwamba hakumpenda Mungu kwa dhati mpaka akaacha kuitii amri hii.

Mungu aliuweka mti wa ujuzi wa mema na mabaya katika Bustani ya Edeni na kuanzisha sheria katika Yake Yeye Mungu na mwanadamu. Alimruhusu mwanadamu kuitunza na kuifuata sheria hii kwa utashi wake mwenyewe. Hii ni kwa sababu alitaka kuwa na watoto halisi watakaomtii Yeye kwa dhati katika mioyo yao.

Adamu Alilipuuzia Neno la Mungu

Katika Biblia, mara nyingi Mungu huahidi baraka kwa wanaotii amri Zake na kutenda kwa kufuata Neno Lake. (Kumbukumbu la Torati 15:4-6, 28:1-14). Je, kuna mtu anaweza kuzitii amri zake zote kweli? Hata Biblia inathibitisha kuwa kuna watu wachache ulimwenguni wanaoweza kuzitii amri zake.

Lazima Mungu alimfundisha Adamu, mtu wa kwanza kuwa angefurahia uzima wa milele na baraka ikiwa angemtii Mungu, lakini mauti ya milele ingemfikia ikiwa asingemtii Mungu. Mungu alimwonya asile matunda ya mti wa ujuzi wa mema na mabaya.

Badala yake, Adamu na Hawa hawakujali kuifuata amri ya Mungu, na wakala tunda walilokatazwa. Shetani alijaribu kuharibu mpango wa Mungu wa kustawisha watoto halisi wa kiroho tangu mwanzo. Mwishowe, Shetani alifanikiwa kwa kuwashawishi kulila kupitia nyoka aliyekuwa mwerevu kuliko wanyama wengine wote (Mwanzo 3:1). Adamu na Hawa hawakuitii amri ya Mungu. Inakuwaje, Adamu hakuitii amri ya Mungu ijapokuwa alikuwa roho inayoishi na iliyofundishwa ukweli na Mungu?

Katika Mwanzo 2:15, tunaona kuwa Mungu alimwezesha Adamu kutunza Bustani ya Edeni. Adamu alipokea nguvu na mamlaka kutoka kwa Mungu ili kuilinda Bustani. Mungu alimfanya kuwa mlinzi wa Bustani, ikiwa adui Ibilisi Shetani angejaribu kuingia. Hata hivyo, Shetani hakushindwa kumtawala nyoka na kuwashawishi Adamu na Hawa kupitia kwa nyoka. Je hii iliwezekanaje?

Kimaneno, Shetani ni roho mbaya/mchafu mwenye mamlaka juu ya ufalme wa anga. Shetani hana umbo maalum. Katika Waefeso 2:2, Shetani anaelezewa kama mfalme wa uwezo wa anga, roho yule atendaye kazi sasa katika wana wa uasi.

Kwa sababu Shetani ni kama mawimbi ya nguvu za redia katika anga, aliweza kumtawala nyoka katika Bustani ya Edeni na kumshawishi Adamu na Hawa. Mwanzo sura ya 1 inaonyesha kifungu cha maneno kilichorudiwa rudiwa. Kila mwisho wa siku ya uumbaji, kifungu hiki cha maneno kinasema, "Mungu akaona ya kuwa ni vyema." Kifungu hiki cha maneno hakijazungumzwa siku ya pili wakati utanuzi wa mbingu na mpangilia wa sayari ulipoumbwa.

Pia, Waefeso 2:2 inazungumza kuhusu wakati "ambazo mliziendea zamani kwa kuifuata kawaida ya ulimwengu huu, na kwa kumfuata mfalme wa uwezo wa anga, roho yule atendaye kazi sasa katika wana wa kuasi." Mungu alijua mwanzoni kuwa roho wachafu wangekuwa na mamlaka juu ya falme za anga.

Hawa Aliuangukia Ushawishi wa Shetani

Nyoka ni mnyama wa kawaida wa porini. Alifanikiwa kwa namna gani katika kumshawishi Hawa kutoitii amri ya Mungu?

Katika Bustani ya Edeni, wanadamu waliweza kuwasiliana na kila kiumbe chenye uhai kama maua, miti, ndege, wanyama na kadhalika. Hawa aliweza pia kuwasiliana na nyoka. Kwa asili, nyoka walipendwa sana na wanadamu na walielewana nao sana tofauti na ilivyo siku za leo. Walikuwa mwororo, wasafi, warefu, wa duara na wenye hekima kiasi cha kupendwa na Hawa. Walimfahamu Hawa vizuri na walimfurahisha. Ni kama ilivyo kwa mbwa wanaupendwa na wamiliki wao kwa sababu ni werevu na watiifu kuliko wanyama wengine.

Hata hivyo, watu wengi husema, "Nyoka wanatisha, wana sumu na wanachukiza." Wanawachukia nyoka kwa silika tu kwa sababu nyoka ndio waliomdanganya mwanadamu wa kwanza

Adamu na Hawa mkewe kutoitii amri na wakasukumiwa katika njia ya mauti.

Kuielewa asili ya nyoka, ni lazima ujue tabia ya udongo wa asili. Kila udongo una aina na namna zake za mchanganyiko. Na hivyo kutokana na mchanganyika wa udongo husika, udongo unaweza kuwa mzuri au mbaya. Mungu alipoumba aina tofauti za wanyama wa porini, na kila aina ya ndege wa angani, alichagua kila aina ya udongo uliofaa kwa kila mnyama (Mwanzo 2:19).

Mwanzoni Mungu hakumuumba nyoka akiwa anatambaa kwa tumbo lake. Mungu alimwumba nyoka akiwa na hekima kiasi cha kupendwa na wanadamu. Hata hivyo, nyoka akawa mwenye hila baada ya kupagawa na Ibilisi. Ikiwa nyoka asingeikubali sauti ya shetani na kuyasikiliza mapenzi ya Mungu tu, angekuwa mnyama mzuri na mwenye hekima. Kwa sababu aliisikia na kuitii sauti ya Shetani, nyoka akawa mnyama mwenye hila na kumshawishi Hawa kuangukia katika mauti.

Kwa Sababu Hawa Alilibadili Neno la Mungu

Nyoka alijua kuwa Mungu alikuwa amemwambia Adamu kuwa: "Matunda ya kila mti wa bustani wawaza kula, lakini matunda ya mti wa ujuzi wa mema na mabaya usile, kwa maana siku utakapokula matunda ya mti huo utakufa hakika." (Mwanzo 2:16-17). Hivyo nyoka alimwuliza Hawa kwa hila, "Ati! Hivi ndivyo alivyosema Mungu, 'Msile matunda ya miti yote ya bustani'?" (Mwanzo 3:1)

Na Hawa alimjibuje nyoka?

"Matunda ya miti ya bustanini twaweza kula; lakini matunda ya mti ulio katikati ya bustani Mungu amesema, 'Msiyale wala msiyaguse, msije mkafa" (Mwanzo 3:2-3).

Mungu alikuwa amemtahadharisha Adamu kwa wazi akisema: "Lakini matunda ya mti wa ujuzi wa mema na mabaya usile, kwa maana siku utakapokula matunda ya mti huo utakufa hakika" (Mwanzo 2:17). Alisisitiza kuwa hawatakuwa hai ikiwa watakula matunda ya mti huo. Hata hivyo mwitikio wa Hawa ulikuwa tofauti. Mwitikio wa Hawa haukuwa kama amri ilivyokuwa. Alijibu kijuu juu kwa kusema, "Utakufa." Aliondoa neno "hakika." Kwa maneno mengine, alimaanisha kuwa, "Ikiwa utakula matunda ya mti uliokatazwa, unaweza ukafa au usife."

Hakuitunza amri ya Mungu katika ufahamu wake na badala yake alilitilia shaka kwa kiasi fulani Neno la Mungu. Baada ya nyoka kulisikia jibu la juu juu na lenye mashaka la Hawa, aliweza kumshawishi kwa ujasiri. Nyoka aliweza hata kupotosha amri ya Mungu, kwa kumwambia mwanamke, "Hakika hamtakufa." Nyoka alianza kuigeuza amri ya Mungu na kumshawishi mwanamke kwa kumwambia: "Kwa maana Mungu anajua ya kwamba siku mtakayokula matunda ya mti huo, mtafumbuliwa macho, nanyi mtakuwa kama Mungu, mkijua mema na mabaya" (Mwanzo 3:5). Nyoka alimshawishi tena, na hiyo ikaamsha udadisi wake zaidi.

Hawa Hakutii kwa Utashi Wake Yeye Mwenyewe

Baada ya nyoka kupulizia hamu ya kutenda dhambi kwa mwanamke kupitia wazo lisilo sahihi, mti ulionekana wa tofauti kama ulivyokuwa ukionekana mbeleni. Mwazo 3:6 inasema, "Mwanamke alipoona ya kuwa ule mti wafaa kwa chakula, wapendeza macho, nao ni mti wa kutamanika kwa maarifa, basi alichuma matunda yake akala, akampa na mumewe, naye akala.."

Alipaswa kuufukuza ushawishi wa Shetani bila woga na kwa wazi. Uchu wa mtu mwenye dhambi, tamaa ya macho yake na fahari ya maisha vikamwingia, na kumsukumia katika dhambi ya kutotii.

Baadhi ya watu husema, "Je si kwa sababu ya 'asili ya dhambi ndani yao', ndiyo maana Adamu na Hawa walikula mti wa ujuzi wa mema na mabaya?" Kabla ya kutotii amri ya Mungu hawakuwa na asili ya dhami isipokuwa wema tu ndani yao. Walikuwa na utashi huru ambao wangeweza kuutumia kula au kutokula tunda lililokatazwa kinyume na amri ya Mungu.

Muda ulipopita, hawakuijali amri ya Mungu. Ndipo Shetani aliwashawishi kupitia nyoka na waliukubali ushawishi huo. Kwa njia hiyo dhambi ilikuja kupitia wao na walikiuka mpango aliouanzisha Mungu.

Ndivyo ilivyo wakati watoto wanapokua katika uovu. Hata mtoto ambaye ni katili katika matendo na maneno, si mwovu au katili tangu kuzaliwa kwake. Mwanzoni, huwaigiza watoto wengine katika kutukana au kulaani bila kujua maana ya maneno hayo. Au anaweza kumfuata mtoto anayepiga wengine na akafurahia kuwapiga wengine na kuwaona wanapolia kwa machozi. Hivyo huendelea kuwapiga wenzake na uovu huendelea kuongezeka na kukua ndani yake.

Katika namna hiyo hiyo, Adamu hakuwa na asili ya dhambi tangu mwanzo. Alipoacha kuitii amri ya Mungu na kula matunda ya mti wa ujuzi wa mema na mabaya kwa utashi wake yeye mwenyewe binafsi, dhambi iliingia na uovu ukaingia ndani yake.

3. Mshahara wa Dhambi ni Mauti

Kama ambavyo Mungu alimwambia Adamu, "Msile matunda ya mti wa ujuzi wa mema na mabaya. Na mtakapokula, hakika mtakufa," Adamu na Hawa walipokula hakika walikufa. Katika Yakobo 1:15 inasema, "Halafu ile tamaa ikiisha kuchukua mimba huzaa dhambi, na ile dhambi ikiisha kukomaa huzaa mauti."

Warumi 6:23 inakufundisha sheria ya ulimwengu wa kiroho

kuhusu matokeo ya dhambi, "Mshahara wa dhambi ni mauti." Hebu tuangalie dhambi ilikuja kwa Adamu na Hawa kwa namna gani kutokana na kutotii kwao.

Kifo cha Roho Zao

Mungu alimwambia Adamu kwa uwazi kuwa, "Matunda ya kila mti wa bustani waweza kula, lakini matunda ya mti wa ujuzi wa mema na mabaya usile, kwa maana siku utakapokula matunda ya mti huo utakufa hakika." Hata, hivyo hawakufa haraka baada ya kutotii amri ya Mungu. Waliishi kwa muda mrefu na kuzaa watoto wengi zaidi. Sasa ni "kifo" kipi ambacho Mungu aliwatahadharisha nacho?

Mungu hakumaanisha kifo cha miili yao lakini kifo cha roho zao. Wanadamu wameumbwa na roho zinazoweza kuwasiliana na Mungu, nafsi ambazo ni watumishi wa roho zao na mwili ambao roho na nafsi zinakaa. 1 Thessalonike 5:23 inasema kuwa wanadamu wana roho, nafsi na mwili. Adamu na Hawa walipoiasi sheria ya Mungu, roho zao, ambazo ndizo mtawala wa mwanadamu, zilikufa.

Mungu hana lawama wala dosari na ni Mtakatifu anayeishi katika mwanga usiofikika, hivyo wenye dhambi hawawezi kuwa pamoja Naye. Adamu aliweza kuwasiliana na Mungu alipokuwa roho inayoishi, lakini hakuweza kuwasiliana naye baada ya roho yake kufa kutokana na dhambi.

Mwanzo wa Maisha Yenye Uchungu

Bustani ya Edeni palikuwa mahali pazuri, palipo na kila kitu na pasipo na wasiwasi na mashaka, na Adamu na Hawa wangeweza kuishi humo milele wakila matunda ya mti wa uzima. Lakini walifukuzwa kutoka katika Bustani ya Edeni baada ya kutenda dhambi. Kuanzia wakati huo, matatizo na magumu yakawaandama.

Mwanamke alianza kuzaa kwa uchungu. Alianza kumwonea wivu mumewe na mumewe akaanza kumtawala. Waliweza kupata chakula pale tu mwanaume alipoilima ardhi iliyolaaniwa, kwa kufanya kazi kwa bidii sana na kwa kuchoka ndipo walipoweza kula katika maisha yao yote (Mwanzo 3:16-17).

Katika Mwanzo 3:18-19 Mungu anamwambia Adamu kuwa, "Michongoma na miiba itakuzalia, nawe utakula mboga za kondeni; 19 kwa jasho la uso wako utakula chakula, hata utakapoirudia ardhi, ambayo katika hiyo ulitwaliwa; kwa maana u mavumbi wewe, nawe mavumbini utarudi." Katika mistari hii, Mungu alimaanisha kuwa mwanadamu lazima arudi katika hali yake ya mavumbi.

Kwa sababu Adamu, baba wa wanadamu wote, alitenda dhambi ya kutotii na roho yake ikafa, wazao wake wote wanazaliwa wakiwa watenda dhambi na wanaiendea njia ya mauti.

Warumi 5:12 inaeleza kuhusu urithi wa Adamu: "Kwa hiyo,

kama kwa mtu mmoja dhambi iliingia ulimwenguni, na kwa dhambi hiyo mauti; na hivyo mauti ikawafikia watu wote kwa sababu wote wamefanya dhambi."

Wanadamu Wote Wanazaliwa Wakiwa na Dhambi ya Asili

Mungu huwawezesha watu wazaane na kuongezeka idadi kupitia mbegu ya uhai aliyowapa alipowaumba. Watu hutungwa mimba kupitia mwingiliano wa mbegu za kiume na yai la mwanamke ambavyo Mungu amewapa kila mwanaume na mwanamke kama mbegu ya uhai. Kwa sababu mbegu au yai lina tabia ya kila mzazi, mtoto anayezaliwa kutokana na muunganiko huu analandana na wazazi wake kimwonekano, hulka, tabia, vitu anavyopendelea, kutembea na kadhalika.

Kwa njia hiyo, asili ya dhambi ya Adamu imepitishwa kwa wazaliwa wake wote baada yake yeye Adamu kama baba wa wanadamu wote kutenda dhambi. Dhambi hii inaitwa 'dhambi ya asili'. Wazaliwa wa Adamu huzaliwa wakiwa na dhambi ya asili. Hivyo wanadamu wote ni wenye dhambi bila kupenda.

Baadhi ya watu wasioamini hulalamika kwa kusema, "Kwa nini mimi ni mwenye dhambi na inakuwaje mimi ni mwenye dhambi? Sijatenda dhambi yo yote." Au wengine huuliza, "Dhambi ya Adamu inapitishwaje kwangu?"

Hebu tuchukue mfano wa mtoto. Mama anayenyonyesha ana

mtoto wa umri chini ya mwaka mmoja. Anamnyonyesha mtoto mwingine huku yule mtoto wake akiwa anaona. Inawezekana kabisa mtoto wake asipende kitendo hicho na akakasirika na kujaribu kumsukuma yule mtoto mwingine. Ikiwa mama hataacha kumnyonyesha mtoto mwingine au huyo mtoto asipoacha kunyonya, mtoto wake anaweza kumpiga yule mtoto mwingine. Ikiwa mama ataendelea kumnyonyesha maziwa mtoto mwingine, mtoto wake anaweza kuanza kulia machozi.

Ijapokuwa hakuna mtu aliyemfundisha mtoto mdogo tamaa, wivu, chuki au kupiga mtoto mwingine, tayari amekuwa na mambo hayo katika akili yake tangu alipozaliwa. Ukweli huu unadhihirisha kuwa wanadamu wanazaliwa wakiwa na dhambi ya asili wanayoirithi kutoka kwa wazazi wao.

Je, kila mtu anatenda dhambi yeye mwenyewe mara ngapi katika maisha yake? Ni lazima uelewe kuwa si kutenda dhambi tu lakini pia kila aina ya uovu katika akili ya mtu ni dhambi mbele za Mungu ambaye Yeye mwenyewe ni Nuru. Mungu huuchukulia na kuuangalia uovu katika akili kama vile chuki, tamaa, kuhukumu na mengine mengi.

Kwa hiyo, Biblia inatwambia kuwa hakuna atakayeonekana mtakatifu mbele za Mungu kwa kuifuata sheria na wanadamu wote wamepungukiwa na utukufu wa Mungu kwa sababu wametenda dhambi (Warumi 3:20, 23).

Si Mwanadamu Tu, Lakini Kila Kitu Kimelaaniwa Pia

Adamu, aliyekuwa mtawalia wa vitu vyote alipotenda dhambi na kulaaniwa, ardhi na mifugo, wanyama wote wa porini na ndege wa angani walilaaniwa pamoja naye. Tangu hapo, wadudu wanaodhuru na wenye sumu kama nzi, mbu wanaoeneza magonjwa mbalimbali wakawa hai.

Ardhi ikaanza kuotesha magugu na miiba na wanadamu wanavuna chakula baada ya kulima kwa mateso na kutokwa jasho sana. Wanadamu walilazimishwa kukumbana na machozi, huzuni, maumivu, magonjwa, kifo na mambo yanayofanana na hayo kwa sababu walilaaniwa hapa duniani.

Hivyo, Warumi 8:20-22 inasema, "Kwa maana viumbe vyote pia vilitiishwa chini ya ubatili; si kwa hiari yake, ila kwa sababu yake yeye aliyevitiisha katika tumaini; kwa kuwa viumbe vyenyewe navyo vitawekwa huru na kutolewa katika utumwa wa uharibifu, hata viingie katika uhuru wa utukufu wa watoto wa Mungu. Kwa maana twajua ya kuwa viumbe vyote pia vinaugua pamoja, navyo vina uchungu pamoja hata sasa."

Sasa, nyoka alilaaniwa kwa namna gani? Katika Mwanzo 3:14, Mungu alimwambia nyoka mwerevu aliyewashawishi wanadamu kutenda dhambi kwamba, "Kwa sababu umeyafanya hayo, umelaaniwa wewe kuliko wanyama wote, na kuliko hayawani wote walioko mwituni; kwa tumbo utakwenda, na mavumbi utakula siku zote za maisha yako." Hata hivyo, nyoka hawali vumbi isipokuwa wanyama kama ndege, vyura, panya au wadudu. Mungu alisema wazi kuwa , "Na mavumbi utakula siku zote za maisha yako." Unaweza kufasiri mstari huu namna gani?

'Mavumbi' hapa inawakilisha "wanadamu walioumbwa kwa mavumbi ya ardhi" (Mwanzo 2:7), na "nyoka" inamwakilisha adui Ibilisi na Shetani (Ufunuo 20:2). "Utakula mavumbi siku zote za maisha yako" inaashiria kuwa Shetani na ibilisi anawameza watu wasioishi kwa kulifuata Neno la Mungu badala yake wanaishi gizani.

Hata watoto wa Mungu wanakumbana na matatizo na magumu ambayo Shetani na ibilisi wanayaleta ikiwa wanatenda mambo maovu au wanapotenda dhambi kinyume na Mungu. Hata sasa, Shetani na ibilisi anazunguka huko na huko akiunguruma kama simba akimtafuta mtu wa kummeza (1 Petro 5:8). Akimpata mmoja humweka katika laana ya dhambi na kumvuta mtu huyo katika njia ya uharibifu. Ikiwezekana wanajaribu hata kuwashawishi watoto wa Mungu.

Shetani na ibilisi huwajaribu wale wanaosema, "Ninamwamini Mungu," lakini hawana uhakika na Neno la Mungu, na anawaongoza kwenye njia ya mauti. Kwa kawaida Shetani na ibilisi hujaribu kukushawishi kupitia kwa watu walio karibu nawe kama mke au mumeo, rafiki na jamaa yako- namna walivyomshawishi Hawa, kwa kupitia mnyama aliyempenda.

Kwa mfano, mke au mumeo au rafiki yako anaweza

kukuuliza, "Je si inatosha ukihudhuria ibada ya Jumapili asubuhi tu? Je, ni lazima kuhudhuria ibada ya Jumapili jioni pia?" au "Je, huwa unajitahidi kukusanyika na wenzako pamoja kila siku?" "Mungu anakuelewa na anauelewa moyo wako kwa ndani sana kwa sababu yeye ni mwenye maarifa na mweza wa yote. Sasa ni lazima kweli kumlilia katika maombi?"

Mungu alikuamuru kuikumbuka na kuitakasa siku ya Sabato (Kutoka 20:8), na kukusanyika pamoja katika jina la Bwana (Waebrania 10:25), na kulia kwa maombi (Yeremia 33:3). Shetani hawezi kuwashawishi au kuwafanya wale wanaoishi katika Neno la Mungu kutenda dhambi (Mathayo 7:24-25).

Kama ilivyoandikwa katika Waefeso 6:11 kuwa, "Vaeni silaha zote za Mungu, mpate kuweza kuzipinga hila za Shetani," ni lazima kujizatiti na Neno la Kweli ya Mungu na kwa ujasiri kumfukuza adui ibilisi na Shetani kwa imani.

4. Kwa nini Mungu Aliuweka Mti wa Ujuzi wa Mema na Mabaya Katika Bustani ya Edeni?

Mungu aliuweka mti wa ujuzi wa mema na mabaya katika Bustani ya Edeni si ili kuwapeleka wanadamu katika uharibifu lakini kuwapa furaha ya kweli. Badala ya kutambua mpango halisi wa Mungu watu hawaelewi vizuri upendo na haki ya

Mungu na hawamwamini Mungu. Wanaishi maisha yasiyo na malengo na yasiyo na faida bila ya kujua malengo au madhumuni ya wao kuishi.

Sasa ni kwa nini Mungu aliuweka mti wa ujuzi wa mema na mabaya katika Bustani ya Edeni na ni kwa nini hilo linakuletea baraka kubwa?

Adamu na Hawa Hawakuijua Furaha ya Kweli

Bustani ya Edeni ilikuwa nzuri sana na iliyojaa kila kitu zaidi ya unavyodhani. Mungu aliotesha kila aina ya mti, miti hiyo ilifurahisha kwa macho na ilikuwa mizuri kwa chakula. Katikati ya Bustani kulikuwa na mti wa uzima na mti wa ujuzi wa mema na mabaya (Mwanzo 2:9).

Kwa nini basi, Mungu akaweka mti wa ujuzi wa mema na mabaya katikati ya bustani pamoja na mti wa uzima ili ionekane vizuri? Mungu hakupanga kuwaongoza wanadamu katika njia ya uharibifu kwa kuwashawishi kula matunda ya mti. Yalikuwepo majaliwa ya Mungu ya kutufanya tuelewe juu ya uhusiano wa mti wa ujuzi wa mema na mabaya na ili watoto Wake halisi wa kiroho waweze kuuhisi moyo Wake.

Watu wanapotoa machozi, huzuni, umaskini au magonjwa wanaweza kudhani kuwa Adamu na Hawa lazima walikuwa na furaha sana walipokuwa katika Bustani ya Edeni kwa sababu hawakupitia uchungu kama vile kutokwa na machozi, huzuni, umaskini au magonjwa yaliyo katika ulimwengu huu. Hata hivyo wanadamu katika Bustani ya Edeni hawakujua furaha ya kweli au upendo wa kweli kwa sababu hawakupitia uhusiano wa kiroho na Mungu.

Tuchukulie kwa mfano kuna watoto wawili. Mmoja alizaliwa na kukulia katika umaskini, lakini mwingine alizaliwa katika utajiri na kuufurahia. Ikiwa utampa kila mmoja wao mdoli wa thamani, kila mmoja wao ataonyesha mwitikio wa namna gani? Kwa upande mmoja mtoto aliyekulia katika utajiri hatakuwa na shukrani sana kwa sababu hahisi thamani wa mdoli. Na kwa upande mwingine, mtoto aliyekulia katika umaskini atashukuru sana na kuuona mdoli huo kuwa ni wa thamani sana.

Furaha ya Kweli huja Kupitia Uhusiano Fulani

Katika njia hiyo hiyo wale wanaopitia mambo yanayohusiana na uhuru au utajiri wanafurahia furaha halisi au uhuru halisi. Tofauti na Bustani ya Edeni, kuna mambo mengi ya kujifunza katika ulimwengu huu. Ikiwa unataka kujua na kuyafurahia thamani halisi wa kitu chochote ni lazima upitie mambo yanayotukia ndani yake. Huwezi kuutambua thamani yake halisi kikamilifu mpaka utakapopitia mambo yaliyo kinyume chake.

Kwa mfano ikiwa unataka kujua furaha ya kweli, ni lazima upitie huzuni. Ikiwa unataka kujua thamani ya upendo wa kweli, ni lazima upitie chuki. Huwezi kutambua thamani ya afya yako kwa undani mpaka unapokuwa katika maumivu kutokana na magonjwa au afya mbaya. Hautatambua thamani ya uzima wa milele na hutamshukuru Mungu Baba anayeiandaa mbingu nzuri mpaka unapoelewa kuwa kifo na Jehanamu vipo.

Mwanadamu wa kwanza, Adamu alifurahia kila alichotaka kula na alikuwa na mamlaka ya kusimamia mambo yote katika Bustani ya Edeni. Aliyapata yote bila ya kufanya kazi au kutokwa na jasho. Kwa sababu hiyo hakuonyesha shukrani kwa Mungu aliyempa kila kitu na hakujua Upendo na neema ya Mungu katika moyo wake.

Mwishowe, Adamu alipuuzia amri ya Mungu kwa kula tunda. Alikuwa roho iliyo hai mpaka wakati huo, lakini baada ya kutenda dhami, roho yake ilikufa na akawa mtu wa mwilini. Yeye na mke wake walifukuzwa watoke katika Bustani ya Edeni na wakaja kuishi katika dunia hii. Alianza kupitia mambo ambayo hakuwahi kuyapitia alipokuwa katika Bustani ya Edeni: machozi, huzuni, magonjwa, uchungu, mikosi, kifo na kadhalika. Mwisho akatambua kuwa hayo yote ni kinyume cha furaha aliyokuwa nayo katika Bustani ya Edeni.

Katika mchakato kama huo, Adamu na Hawa waliweza kutambua na kuhisi furaha au huzuni ni nini na uhuru na utajiri waliopewa na Mungu katika Bustani ya Edeni ulivyokuwa.

Maisha yako hayatakuwa na maana ikiwa utaishi milele bila kujua furaha na huzuni maana yake ni nini. Hata ikiwa unapitia hali ngumu kwa sasa, maisha yako yatakuwa ya thamani na yenye maana ikiwa utaweza kuhisi furaha ya kweli baadaye.

Kwa mfano, hata kama wazazi wanatarajia kuwa watoto wao watasoma kwa taabu, bado wanawaacha watoto wao waende shule. Ikiwa wanawapenda watoto wao, wazazi watawasaidia watoto wao kujifunza kwa bidii au wapitie mambo mengi mazuri. Ndivyo ilivyo hata kwa moyo wa Mungu Baba aliyewaleta wanadamu katika ulimwengu huu na kuwastawisha kama watoto wake halisi kwa kuwapitisha katika mambo mengi.

Kwa sababu hiyo hiyo, Mungu aliuweka mti wa ujuzi wa mema na mabaya katika Bustani ya Edeni na hakumzuia Adamu na Hawa kuula kutokana na utashi wao. Alipanga mambo haya yote ili wanadamu wapitie kila aina ya furaha, hasira, huzuni na raha katika ulimwengu huu na wawe watoto wake halisi kutoka na kule kuwastawisha wanadamu.

Kupitia uzoefu mgumu, mwishowe wangeelewa thamani halisi na maana ya vitu hivyo katika mioyo yao kimoja baada ya kingine.

Kwa sababu watakuwa wameijua na kuihisi furaha ya kweli kupitia ustawishaji wa wanadamu, Watoto wa Mungu hawatamwasi Mungu tena kama Adamu na Hawa walivyofanya katika Bustani ya Edeni hata iwe ni kwa muda mrefu namna gani. Badala yake, watampenda Yeye zaidi na zaidi, wakiwa wamejaa furaha na shukrani huku wakimtukuza Mungu sana.

Furaha ya Kweli Mbinguni

Watoto wa Mungu waliopitia machozi, huzuni, uchungu, magonjwa na kadhalika katika ulimwengu huu wataingia katika mbingu ya milele na kufurahia furaha ya milele, upendo, raha, na shukrani milele. Watahisi raha ya furaha ya kweli mbinguni.

Katika ulimwengu huu kila kitu huoza na kufa, lakini katika ufalme wa mbinguni hakuna kuoza, kifo, machozi na huzuni. Dhahabu inachukuliwa kuwa kitu cha thamani sana katika ulimwengu huu, lakini barabara zote katika Yerusalemu Mpya zimetengenezwa kwa dhahabu safi. Nyumba za mbinguni zimejengwa kwa vito vya thamani kubwa. Ni nzuri na zinapendeza sana!

Niliichukulia dhahabu na vito kuwa vitu vya thamani sana kabla sijakutana na Mungu, lakini tangu wakati nilipojua kuhusu mbingu ya milele, nilianza kuvichukulia vitu vyote vilivyo katika ulimwengu huu kuwa vitu visivyo na maana na visivyo na thamani. Maisha katika ulimwengu huu ni ya muda mfupi sana ukilinganisha na maisha ya mbinguni. Ikiwa unaiamini kwa dhati na kuitarajia mbingu ya milele, huwezi kuupenda ulimwengu huu. Badala yake, utafikiria nini unapaswa kufanya na unaweza kufanya ili kumwokoa mtu mmoja zaidi au namna unavyoweza kuwahubiri watu wote ulimwenguni. Utajirundikia thawabu mbinguni kwa kumtolea Mungu sadaka safi kwa moyo wako wote bila ya kujaribu kujiwekea hazina hapa duniani.

Mtume Paulo aliweza kuikamilisha safari yake ngumu mpaka mwisho akiwa mwenye furaha na shukrani, kwa sababu Mungu alimwonyesha mbingu ya tatu katika maono. Alivumilia magumu mengi kama mtume kwa ajili ya Mataifa. Mungu alimwonyesha uzuri mkuu wa mbinguni na akamtia moyo aendelee kuhubiri hadi mwisho akiwa na matumaini ya kiona mbingu. Alichapwa viboko, akaburuzwa, akapigwa mawe, akafungwa kila mara na alitokwa damu alipokuwa anahubiri injili ya Yesu Kristo Bwana wetu. Ijapokuwa Paulo alipitia haya yote, alijua kuwa baada ya mambo haya atapata thawabu kubwa isiyoelezeka huko mbinguni. Magumu yote aliyopitia yalikuwa kwa ajili ya baraka kuu za mbinguni.

Watu wa Mungu hawatumaini katika ulimwengu huu, wana hamu kubwa na ufalme wa mbinguni. Ulimwengu huu ni kitambo kidogo mbele za Mungu, lakini maisha katika ufalme wa mbinguni ni ya milele. Hakuna machozi, au huzuni, au mateso, au kifo mbinguni. Hivyo wanaweza kuishi kwa furaha wakitarajia thawabu kubwa watakazopewa na Mungu mbinguni kutegemeana na walivyopanda na kufanya.

Hivyo, ninaomba katika jina la Bwana wetu Yesu Kristo uelewe pendo kuu na majaliwa ya Mungu Muumba na ujiandae kuingia mbinguni ili ufurahie maisha ya milele na furaha ya kweli katika ufalme mzuri vya ajabu na wenye utukufu mkuu.

Sura ya 4

SIRI ILIYOFICHIKA TANGU KABLA YA MWANZO WA WAKATI

1. Mamlaka ya Adamu Ikahamia kwa Ibilisi
2. Sheria ya Ukombozi wa Nchi
3. Siri Iliyofichika Kabla ya Mwanzo wa Wakati
4. Yesu Amefuzu kwa Mujibu wa Sheria

"Lakini iko hekima tusemayo kati ya wakamilifu; ila si hekima ya dunia hii, wala ya hao wanaoitawala dunia hii, wanaobatilika; bali twanena hekima ya Mungu katika siri, ile hekima iliyofichwa, ambayo Mungu aliiazimu tangu milele, kwa utukufu wetu; ambayo wenye kuitawala dunia hii hawaijui hata mmoja; maana kama wangaliijua, wasingalimsulubisha Bwana wa utukufu."

1Wakoritho 2:6-8

Adamu na Hawa walijaribiwa na nyoka katika Bustani ya Edeni, wakaipuuza amri ya Mungu, na wakala matunda ya mti wa ujuzi wa mema na mabaya kwa sababu walikuwa na hamu ya kuwa kama Mungu katika akili zao. Matokeo yake, wao na wazaliwa wao wote wakawa na dhambi.

Kwa mtazamo wa kibinadamu, Adamu na Hawa walikuwa katika wakati mbaya sana kwa sababu walifukuzwa kutoka Bustani ya Edeni na ilikuwa waiendee njia ya kifo. Lakini kwa mtazamo wa kirohoni baraka ya Mungu ya kushangaza kwa kuwa walikuwa watapata fursa ya kufurahia wokovu, uzima wa milele na baraka za mbinguni kupitia Yesu Kristo.

Kupitia ustawishaji wa wanadamu, siri ambayo imefichwa kwa ajili ya utukufu tangu kabla ya mwanzo wa wakati ilifunuliwa na njia ya wokovu ilifunguliwa kwa mataifa yote. Hebu tuchunguze kwa undani siri iliyofichwa tangu kabla ya kuanza kwa wakati na namna ambavyo njia ya wokovu imefunuliwa.

1. Mamlaka ya Adamu Ikahamia kwa Ibilisi

Katika Luka 4:5-6, tunamwona Ibilisi akimjaribu Yesu alipokuwa amemaliza kufunga kwa muda wa siku 40:

Akampandisha juu, akamwonesha milki zote za ulimwengu kwa dakika moja. "Ibilisi akamwambia, Nitakupa wewe enzi hii yote, na fahari yake, kwa kuwa imo mikononi mwangu, nami humpa yeyote kama nipendavyo."

Ibilisi alisema kuwa angempa mamlaka Yesu kwa kuwa imo mikononi mwake (yaani alipewa na mtu fulani). Kwa nini Mungu, anayetawala kila kitu, akaruhusu mamlaka yote (enzi yote) apewe ibilisi?

Mwanzo 1:28 inasema, "Mungu akawabarikia, Mungu akawaambia, Zaeni, mkaongezeke, mkaijaze nchi, na kuimiliki; mkatawale samaki wa baharini, na ndege wa angani, na kila kiumbe chenye uhai kiendacho juu ya nchi.'"

Adamu alipewa na Mungu mamlaka na nguvu ya kuvitawala vitu vyote. Alikuwa mtawali wa vitu vyote, lakini baada ya muda mrefu, yeye na mkewe walidanganywa na nyoka mwenye hila na kula kutoka katika mti wa ujuzi wa mema na mabaya. Alitenda dhambi ya kutomtii Mungu.

Warumi 6:16, "Hamjui ya kuwa kwake yeye ambaye mnajitoa nafsi zenu kuwa watumwa wake katika kumtii, mmekuwa watumwa wake yule mnayemtii, iwe ni utumishi wa dhambi uletao mauti, au iwe ni utumishi wa utii uletao haki?" U mtumwa wa dhambi au haki. Ukitenda dhambi wewe ni mtumwa wa dhambi na utakufa. Ukitii Neno la haki, wewe ni mtumwa wa haki na utaingia mbinguni.

Adamu alitenda dhambi ya kutokuwa mtiifu kwa Mungu na akawa mtumwa wa dhambi. Hivyo asingekuwa na mamlaka na nguvu tena aliyopewa na Mungu. Ilimlazimu kukabidhi ibilisi mamlaka na nguvu kama ambavyo kwa asili mali zote za mtumwa humilikiwa na bwana wake. Kwa kifupi ni kuwa, Adamu alimkabidhi Ibilisi mamlaka na nguvu yote aliyopewa na Mungu kwa sababu alikuwa mtumwa wa dhambi.

Kutotii kwa Adamu kulisababisha dhambi kwa wanadamu wote. Ilisababisha yeye na wazaliwa wake wote kumtumikia Ibilisi na kuiendea njia ya mauti.

2. Sheria ya Ukombozi wa Nchi

Watu wanapaswa kufanya nini ili wawe huru kutokana na adui ibilisi na Shetani na waokolewe kutoka katika dhambi na mauti? Baadhi ya watu husema, "Mungu humsamehe kila mtu bila masharti kwa sababu Mungu ni upendo na amejaa huruma na rehema." Hata hivyo, 1 Wakoritho 14:40 inasema, "Lakini mambo yote na yatendeke kwa uzuri na kwa utaratibu." Mungu hutenda kitu chochote kwa kufuata utaratibu kwa mujibu wa sheria ya ulimwengu wa roho. Mungu hatendi kinyume na sheria ya kiroho kwa sababu ni Mungu wa haki na usawa.

Katika ulimwengu wa roho, kuna sheria au kanuni ya kuadhibu watenda dhambi, inayosema, "Mshahara wa dhambi ni mauti." Pia, kuna sheria ya kuwakomboa wenye dhambi. Sheria hii ya kiroho inapaswa kutumika ili kurudisha mamlaka ambayo Adamu alimkabidhi Ibilisi.

Sasa, sheria ya ukombozi wa wenye dhambi ni ipi? Ni sheria ya ukombozi wa nchi iliyo katika Agano la Kale. Kabla ya mwanzo wa nyakati, Mungu Baba alikuwa ameandaa kwa siri njia ya wokovu wa wanadamu kufuatana na sheria hii.

Sheria ya Ukombozi wa Nchi ni Nini?

Hii ni amri ya Mungu kwa Waisraeli katika Walawi 25:23-25:

> Nayo nchi haitauzwa kabisa kabisa; kwani nchi ni yangu mimi; maana ninyi ni wageni na wapangaji wangu. Nanyi mtatoa ukombozi kwa ajili ya nchi, katika eneo lote la milki yenu. Ikiwa nduguyo amekuwa maskini, na kuuza sehemu ya milki yake, ndipo jamaa yake aliye karibu naye atakuja, naye ataikomboa ile aliyoiuza nduguye.

Kila kipande cha nchi (ardhi) ni mali ya Mungu na hakipaswi kuuzwa moja kwa moja. Ikiwa mtu aliuza ardhi yake kwa sababu ya umaskini wake, Mungu alimruhusu yeye au jamaa yake wa karibu kuirudisha ardhi kwa kuinunua tena. Hii ndiyo sheria ya ukombozi wa nchi (ardhi).

Waisraeli waliandaa mkataba wa kuuziana ardhi kwa kufuata

sheria ya ukombozi wa nchi ambayo ni kuuza ardhi moja kwa moja, walipokuwa wanauza na kununua ardhi.

Mwuzaji na mnunuzi waliandika taarifa kuhusiana na mkataba wa ardhi kwenye hati ya makabidhiano ili kwamba muuzaji au jamaa/ndugu yake anaweza kuikomboa ardhi wakati fulani huko mbele. Walitengeneza nakala na kusaini wote wawili mbele za mashahidi wawili au watatu. Nakala moja ya mkataba ilifungwa kwa muhuri na kuwekwa kwenye vyumba vya kuhifadhia nyaraka katika Hekalu takatifu. Na nyingine iliwekwa kwenye chumba cha kuingilia, ikiwa imefungwa bila kutiwa muhuri. Sheria ya ukombozi wa ardhi inamruhusu mnunuzi na ndugu/jamaa yake wa karibu kuikomboa ardhi wakati wowote.

Sheria ya Ukombozi wa Nchi na Wokovu kwa Mwanadamu

Kwa nini Mungu aliandaa njia ya wokovu wa mwanadamu kwa kufuata sheria ya ukombozi wa nchi? Mwanzo 3:19 na 23 inatwambia kwa wazi kabisa kuwa sheria ya ukombozi wa nchi ina muunganiko wa moja kwa moja na wokovu wa wanadamu:

Kwa jasho la uso wako utakula chakula, hata utakapoirudia ardhi, ambayo katika hiyo ulitwaliwa; kwa maana u mavumbi wewe, nawe mavumbini utarudi (Mwanzo 3:19).

BWANA Mungu akamtoa katika bustani ya Edeni, ailime ardhi ambayo katika hiyo alitwaliwa (Mwanzo 3:23).

Baada ya Adamu kutotii, Mungu alimwambia, "Kwa kuwa u mavumbi wewe, na katika mavumbi utarudi." "mavumbi" hapa inamaanisha watu walioumbwa kutokana na mavumbi. Hivyo wanadamu hurudi katika mavumbi baada ya kufa.

Sheria ya ukombozi wa nchi inasema nchi yote ni mali ya Mungu na haipaswi kuuzwa moja kwa moja (Walawi 25:23-25). Mistari hii inamaanisha kuwa wanadamu wote wameumbwa kutokana na mavumbi ni wa Mungu na hawawezi kuuzwa moja kwa moja. Inaonyesha pia kuwa hakuna mamlaka wala nguvu ambayo Adamu aliipokea katika Bustani ya Edeni inayoweza kuuzwa moja kwa moja kwa sababu mamlaka na nguvu hiyo ni mali ya Mungu.

Mamlaka ya Adamu alipewa adui Ibilisi na Shetani, lakini yule aliye sahihi katika kuikomboa mamlaka na nguvu ya Adamu iliyopotea angeweza kuipokonya kutoka kwa adui Ibilisi. Vivyo hivyo, Mungu wa haki alimwandaa mkombozi sahihi kwa mujibu wa sheria ya ukoombozi wa nchi. Mkombozi huyo ndiye Mwokozi wa watu wote, yaani Yesu Kristo.

3. Siri Iliyofichika Tangu Kabla ya Mwanzo wa Wakati

Kabla ya wakati kuanza, Mungu wa upendo alijua kuwa Adamu asingemtii na wazaliwa wake wote wangeangukia katika mauti. Aliandaa njia ya wokovu wa mwanadamu kwa siri na kuificha mpaka wakati aliouchagua Yeye ulipofika.

Kama Ibilisi angeijua njia hii ya Mungu, angemwekea Mungu kikwazo cha kuondoa dhambi na kifo kwa watu wote ili asipoteze mamlaka aliyonyakua kutoka kwa Adamu. 1 Wakoritho 2:7 inasema kwamba "Bali twanena hekima ya Mungu katika siri, ile hekima iliyofichwa, ambayo Mungu aliiazimu tangu milele, kwa utukufu wetu."

Yesu Kristo, Hekima ya Mungu

Warumi 5:18-19 inasema, "Basi tena, kama kwa kosa moja watu wote walihukumiwa adhabu, kadhalika kwa tendo moja la haki watu wote walihesabiwa haki yenye uzima. Kwa sababu kama kwa kuasi kwake mtu mmoja watu wengi waliingizwa katika hali ya wenye dhambi, kadhalika kwa kutii kwake mmoja watu wengi wameingizwa katika hali ya wenye haki."

Wanadamu wote wangekuwa wenye haki na kuokolewa kupitia utiifu wa mmoja kama ambavyo watu wote walifanywa kuwa wenye dhambi na kuangukia katika mauti kwa sababu ya kutotii kwa mtu mmoja.

Vivyo hivyo, Mungu alimtuma Yesu Kristo, aliyemwandaa kwa siri kama njia ya waokovu na kuruhusu Yesu asulubiwe, afe na kufufuka tena. Tangu hapo na kuendelea ye yote anayemwamini Yesu anaokolewa. Katika 1 Wakoritho 1:18, Mungu anatwambia kuwa "Kwa sababu neno la msalaba kwao wanaopotea ni upuzi, bali kwetu sisi tunaookolewa ni nguvu ya Mungu."

Baadhi ya watu huona kuwa ni ujinga kwamba Mwana wa Mungu Mwenyezi alitukanwa na kuuawa na watu aliowaumba Yeye mwenyewe-viumbe wake. Hata hivyo, mpango huu wa "kijinga" wa Mungu ni wa hekima kwa mbali sana kuliko mipango ya hekima ya hali ya juu ya kibinadamu na "udhaifu" wa Mungu ni hali ya kuwa na nguvu ya hali ya juu sana kwa mwanadamu (1 Wakoritho 1:19-24). Kwa uwazi kabisa Biblia inasema kuwa hakuna mtu anayeweza kuwa mwenye haki mbele za Mungu kwa kuifuata sheria. Lakini hata hivyo, Mungu alifungua njia ya wokovu kwa ye yote anayemwamini Yesu Kristo katika namna hii rahisi.

Mshahara wa dhambi ni mauti. Hivyo hakuna mtu ambaye angeokolewa ikiwa Yesu asingekufa kwa ajili ya dhambi zetu na kufufuliwa na nguvu ya Mungu. Pia, Mungu aliandaa njia inayoweza kuonekana kuwa ni ya kinyonge au ya kijinga na akaificha kwa muda mrefu.

Mungu alificha Yesu Kristo na kusulubiwa kwake kwa sababu ikiwa ibilisi na shetani wangejua, wangeweka vikwazo kwa ajili ya wokovu wa mwanadamu. Ikiwa angejua ibilisi asingemwua Yesu msalabani kama angejua kuwa Mungu aliandaa njia ya wokovu kupitia msalaba ili kuwakomboa wanadamu wote kutoka dhambini, kifo na kuitwaa mamlaka ya Adamu kutoka kwa ibilisi.

Kumbuka tena kuwa, 1 Wakoritho 2:7-8: "Lakini twanena hekima ya Mungu katika siri, ile hekima iliyofichwa, ambayo Mungu aliiazimu tangu milele, kwa utukufu wetu; ambayo wenye kuitawala dunia hii hawaijui hata mmoja; maana kama wangaliijua, wasingalimsulubisha Bwana wa utukufu."

4. Yesu Amefuzu kwa Mujibu wa Sheria

Kutokana na ukweli kuwa kila mkataba una kanuni, ulimwengu wa kiroho nao una kanuni, inayosema kuwa mkombozi lazima awe amefuzu ili kurudisha mamlaka ya Adamu iliyopotea kutoka kwa shetani kwa mujibu wa sheria ya ukombozi wa nchi (ardhi).

Kwa mfano, chukulia kuwa kuna mtu ambaye biashara yake imefilisika. Ana deni kubwa lakini hana uwezo wa kulilipa. Ikiwa ana ndugu tajiri wanayependana, ndugu yake huyo atalipa hilo deni mara moja.

Wanadamu wote wenye dhambi tangu kuanguka kwa Adamu wanamhitaji mkombozi aliyefuzu kuwasafisha dhambi zao. Sasa, sifa za mkombozi ni zipi? Kwa nini Biblia inasema kuwa Yesu pekee ndiye aliyefuzu?

Kwanza, Mkombozi Lazima awe Mtu

Walawi 25:25, inasema, "Ikiwa nduguyo amekuwa maskini, na kuuza sehemu ya milki yake, ndipo jamaa yake aliye karibu naye atakuja, naye ataikomboa ile aliyoiuza nduguye." Sheria ya ukombozi wa nchi inasema kwamba ikiwa mtu amekuwa maskini na anauza mali zake, nduguye wa karibu anaweza kukomboa mali anazouza.

1 Wakoritho 15:21-22 inasema, "Maana kwa kuwa mauti ililetwa na mtu, kadhalika na kiyama ya wafu ililetwa na mtu. Kwa kuwa kama katika Adamu wote wanakufa, kadhalika na katika Kristo wote watahuishwa." Sifa ya kwanza ya Mkombozi anayeweza kuirudisha mamlaka ya Adamu ni kwamba lazima awe mtu. Ukweli huu umefafanuliwa mara nyingine tena katika Ufunuo 5:1-5:

> Kisha nikaona katika mkono wa kulia wake yeye aliyeketi juu ya kile kiti cha enzi kitabu kilichoandikwa ndani na nyuma, kimetiwa mihuri saba. Nikaona malaika mwenye nguvu akihubiri kwa sauti kuu, Ni nani anayestahili kukifungua kitabu, na kuivunja mihuri yake? Wala hapakuwa na mtu mbinguni, wala juu ya nchi, wala chini ya nchi, aliyeweza kukifungua kitabu hicho, wala kukitazama. Nami nikalia sana kwa kuwa hapakuonekana mtu astahiliye kukifungua kitabu hicho, wala kukitazama. Na mmojawapo wa wale wazee akaniambia,

"Usilie; tazama, Simba aliye wa kabila la Yuda, Shina la Daudi, yeye ameshinda apate kukifungua kile kitabu, na ile mihuri yake saba."

"Kitabu kilichoandikwa ndani na nyuma, kimetiwa mihuri saba" kinaonyesha mkataba uliowekwa kati ya Mungu na ibilisi Adamu alipoacha kumtii Mungu na akawa mwenye dhambi. Mtume Yohana hakumwona ye yote mbinguni au duniani, au chini ya nchi aliyestahili kuvunja mihuri ya kitabu hicho na kukifungua. Ilikuwa hivyo kwa sababu malaika mbinguni si wanadamu, wanadamu wote duniani ni wenye dhambi kwani ni wazaliwa wa Adamu, na chini ya ardhi kuna roho chafu za shetani na nafsi zilizokufa zinazosubiri kutupwa Jehanamu.

Wakati huo huo mmoja wa wale wazee akamwambia Yohana, "Usilie; tazama, Simba aliye wa kabila la Yuda, Shina la Daudi, yeye ameshinda apate kukifungua kile kitabu, na ile mihuri yake saba." Neno hili, "Shina la Daudi" linamaanisha Yesu, aliyezaliwa kama mzaliwa wa Mfalme Daudi wa kabila la Yuda (Matendo 13:22-23). Hivyo, Yesu ana sifa ya sharti la kwanza la sheria ya ukombozi wa nchi.

Baadhi wanaweza kusema "Mungu ndiye kila kitu. Kwa hakika Yesu ni Mungu kwa sababu Yeye ni Mwana wa Mungu. Yeye si mwanadamu." Kumbuka kuwa Yohana 1:1 inasema "Neno alikuwa Mungu," na Yohana 1:14, inasema "Naye Neno alifanyika mwili, akakaa kwetu." Mungu, aliyekuwa Neno, alifanyika mwili na akaishi hapa duniani pamoja nasi.

Yesu ndiye ambaye asili yake alikuwa Neno na aliyefanyika mwili kama mwanadamu. Alikuwa Neno kiasili na Mwana wa Mungu. Alikuwa na uanadamu na uungu. Hata hivyo alizaliwa na kukuwa akiwa na mwonekano wa kibinadamu katika mwili. Historia ya wanadamu imegawanyika katika sehemu mbili kutokana na kuzaliwa kwa Yesu: B.C., Before Christ(KK-Kabla ya Kristo) na A.D., Anno Domini (BK-Baada ya Kristo). Hii peke yake ni ushahidi kuwa Yesu alifanyika mwili na akaja duniani. Kuzaliwa kwa Yesu, kukua kwake na kusulubiwa kwake ni sehemu ya ukweli huu.

Hivyo, Yesu, ni mwanadamu mwenye sifa za kuwa Mkombozi wetu.

Pili, Ni Lazima Asiwe Mzaliwa wa Adamu

Anayedaiwa hawezi kuwalipia madeni watu wengine. Asiye na deni na mwenye uwezo ndiye anayeweza kuwalipia wengine madeni yao. Vivyo hivyo, mkombozi wa watu wote lazima asiwe yule anayedaiwa au mwenye waa lolote ili aweze kuwakomboa wanadamu wote kutoka kwenye dhambi na kifo. Wanadamu wote ni wazaliwa wa Adamu na ni wenye dhambi kwa sababu baba wa wanadamu wote, Adamu alitenda dhambi. Hakuna mzaliwa wake hata mmoja mwenye sifa ya kuwakomboa wanadamu kwa sababu wazaliwa wote wa Adamu wana dhambi.

Hata watu wakuu na mashuhuri katika historia ya dunia hii hawawajibiki kwa dhambi za wengine.

Je, Yesu ana sifa hii?

Mathayo 1:18-21 inaelezea namna Yesu alivyozaliwa. Mimba yake ilitungwa na Roho Mtakatifu, na si kwa muungano wa mwanaume na mwanamke. Mistari hii inasema:

> Kuzaliwa kwake Yesu Kristo kulikuwa hivi. Mariamu mama yake alipokuwa ameposwa na Yusufu, kabla hawajakaribiana, alionekana ana mimba kwa uweza wa Roho Mtakatifu. Naye Yusufu, mumewe, kwa vile alivyokuwa mtu wa haki, asitake kumwaibisha, aliazimu kumwacha kwa siri. Basi alipokuwa akifikiri hayo, tazama, malaika wa Bwana alimtokea katika ndoto, akisema, "Yusufu, mwana wa Daudi, usihofu kumchukua Mariamu mkeo, maana mimba yake ni kwa uweza wa Roho Mtakatifu. Naye atazaa mwana, nawe utamwita jina lake Yesu, maana, yeye ndiye atakayewaokoa watu wake kutoka dhambi zao."

Kwa mujibu wa historia ya vizazi kabla yake, Yesu alitoka katika ukoo wa Daudi (Mathayo 1; Luka 3:23-37). Hata hivyo mimba yake ilitungwa na Roho Mtakatifu kabla Mariamu hajaolewa na Yusufu. Hivyo hakuwa na asili ya dhambi.

Kila mtu huzaliwa na dhambi ya asili kwa sababu anarithi asili ya dhambi kutoka kwa wazazi wake. Kwa maneno mengine ni kuwa, baada ya Adamu kutenda dhambi, alipitisha asili yake ya dhambi kwa wazaliwa wake. Asili ya dhambi imerithishwa kwa wanadamu wote mpaka hivi leo, na dhambi hiyo inaitwa "dhambi ya asili." Kwa sababu hiyo, wazaliwa wote wa Adamu ni wenye dhambi na hawawezi kumkomboa mtu ye yote.

Ndiyo sababu, Mungu Baba alipanga Mwanawe Yesu, mimba yake itungwe na Roho Mtakatifu tumboni mwa Bikira Mariamu. Kwa njia hii, Yesu alifanyika mwili na akaja katika ulimwengu huu, lakini hakuwa mzaliwa wa Adamu..

Tatu, NI Lazima Awe na Nguvu za Kumshinda Shetani

Walawi 25:26-27 inatwambia tena kuwa:

Na kama mtu hana atakayeikomboa, naye mwenyewe amepata mali na kujiona kuwa anayo ya kutosha kuikomboa; ndipo na aihesabu hiyo miaka ya kuuzwa kwake, na kilichozidi kumrudishia huyo mtu aliyeinunua; naye atairejea milki yake.

Kwa kifupi, mkombozi anapaswa kuwa na nguvu za kuinunua tena ardhi iliyouzwa. Maskini hawezi kulipa deni la rafiki yake hata kama anatamani kufanya hivyo. Vivyo hivyo, ni lazima mkombozi asiwe na dhambi ili aweze kuwaokoa wengine kutoka kwenye dhambi zao. Kutokuwa na dhambi ni nguvu kubwa sana katika ulimwengu wa kiroho.

Mkombozi lazima awe na nguvu za kumshinda ibilisi na shetani na kuirejesha mamlaka ya Adamu iliyopotea. Hii ni kusema kuwa, mkombozi hatakiwi kuwa na dhambi ya asili au dhambi yake yeye mwenyewe. Mkombozi asiye na dhambi peke yake, ndiye anaweza kumshinda ibilisi na kuwaweka huru watu wote kutoka kwa ibilisi.

Je, Yesu hakuwa na dhambi?

Yesu hakuwa na dhambi ya asili kwa sababu mimba yake ilitungwa na Roho Mtakatifu. Aliitii kikamilifu sheria ya Mungu kwa sababu alilelewa na wazazi waliomcha Mungu. Aliitimiza sheria kwa upendo. Alitahiriwa siku ya nane baada ya kuzaliwa kwake (Luka 2:21). Hakutenda dhambi zake mwenyewe bali aliyatii mapenzi ya Mungu Baba mpaka aliposulubiwa akiwa na umri wa miaka 33 (1 Petro 2:22-24; Waebrania 7:26).

Yesu alimshinda ibilisi na kuweza kuwakomboa watu wote kwa sababu hakuwa na dhambi kabisa. Kutokuwa na dhambi kwake kulithibitiswa kwa kazi zake za miujiza alizofanya. Aliwafukuza pepo kutoka ndani ya watu, akawaponya vipofu, viziwi walisikia, viwete walitembea na aliponya kila aina ya magonjwa yasiyotibika. Dhoruba kubwa na upepo mkali vilitulia alipoukemea upepo na kuyaambia maji, yatulie! (Marko 4:39)

Mwisho, Ni Lazima Awe na Upendo wa Kujitolea

Hata tajiri hawezi kuikomboa ardhi ikiwa hampendi mtu aliyeiuza ardhi. Vivyo hivyo, mkombozi lazima awapende wenye dhambi kiasi cha kuweza kujitoa mhanga ili kuondoa tatizo la dhambi moja kwa moja.

Katika Ruthu 4:1-6, Boazi aliukuwa anaufahamu umaskini wa Naomi na akamwambia ndugu/jamaa yake wa karibu-mkombozi airejeshe ardhi kwa kuinunua ikiwa anataka. Lakini hata hivyo yule jamaa alikataa na akamwambia Boazi, "... Mimi sitaweza kulikomboa kwa nafsi yangu, nisije nikauharibu urithi wangu mwenyewe; basi haki yangu ya kulikomboa ujichukulie wewe, maana mimi sitaweza kulikomboa" (kif. 6). Ijapokuwa alikuwa tajiri, hakuikomboa ardhi kwa ajili ya Naomi na Ruthu, kwa sababu hakuwa na upendo wa kujitolea. Boazi aliyekuwa jamaa wa karibu-mkombozi, aliikomboa ardhi kwa sababu alikuwa na upendo wa kujitolea.

Boazi akawa mkombozi anayetambulika na kumwoa Ruthu kwa sababu alikuwa na upendo wa kutosha kuikomboa ardhi ya Naomi. Mwana ambaye Boazi na Ruthu walimzaa ndiye babu yake Mfalme Daudi na ameorodheshwa katika ukoo wa Yesu.

Yesu alisulubiwa katika upendo. Yesu alikuwa Neno, lakini alifanyika mwili na kuja hapa duniani. Hakuwa mzaliwa wa Adamu kwa sababu mimba yake ilitungwa na Roho Mtakatifu.

Hivyo hakuzaliwa akiwa na dhambi ya asili. Alikuwa na nguvu ya kuwakomboa wanadamu wote kwa sababu hakuwa na dhambi.

Hata hivyo, ijapokuwa alikuwa na sifa zingine tatu, asingekuwa mkombozi bila ya kuwa na upendo wa kiroho na wa kujitolea. Ilimlazimu kuchukua adhabu ya dhambi walizotenda wanadamu ili aweze kuwakomboa wanadamu wote kutoka dhambini.

Alitendewa kama mwalifu hatari na kutundikwa kwenye msalaba uliotengenezwa kwa mti wenye mikwaruzo usio mororo. Alitukanwa na kudhihakiwa, na alitokwa na damu yote na maji mwilini mwake ili kuwaokoa watu wote. Ilimlazimu kulipa gharama kubwa na kufanya dhabihu kubwa.

Huwezi kuona mahali popote katika historia ya dunia wakati ambapo mwana wa mfalme asiye na hati alikufa kwa ajili ya kuwatetea watu wake walio waovu na wajinga. Yesu peke yake ndiye Mwana wa Mungu Mwenye Nguvu, Mfalme wa wafalme, Bwana wa mabwana na Bwana wa uumbaji wote. Yesu huyu mkuu, mwadilifu na asiye na lawama alitundikwa msalabani na akafa akitokwa damu yake. Alikuwa na upendo usiopimika wa kiasi gani kwa ajili yetu?

Kusema kweli Yesu alitenda mambo mazuri tu katika maisha yake hapa duniani. Aliwasamehe wenye dhambi, aliwaponya wagonywa wa kila aina, akawafungua watu wengi vifungo vya pepo, akawahubiri watu habari njema za amani, furaha na upendo na aliwapa watu matumaini ya mbinguni na wokovu. Zaidi ya yote, aliyatoa maisha yake mwenyewe kwa ajili ya wenye dhambi.

Warumi 5:7-8 inasema, "Kwa kuwa ni shida mtu kufa kwa ajili ya mtu mwenye haki; lakini yawezekana mtu kuthubutu kufa kwa ajili ya mtu aliye mwema. 8 Bali Mungu aonesha pendo lake yeye mwenyewe kwetu sisi, kwa kuwa Kristo alikufa kwa ajili yetu, tulipokuwa tungali wenye dhambi." Mungu Baba alimtuma Mwanawe wa pekee kuja kwetu sisi watu tusio wema na tusio na haki, akamwachilia akatundikwa msalabani na kufa. Kwa namna hii alidhihirisha upendo wake mkuu.

Hivyo, ninaomba katika jina la Bwana uelewe kuwa huwezi kuokolewa katika jina la mwingine yeyote isipokuwa jina la Yesu Kristo, pata haki ya kuwa mtoto wa Mungu kwa kumkubali Yesu Kristo, na daima furahia maisha ya ushindi na shangwe ukiwa na uhakika wa wokovu!

Sura ya 5

Kwa nini Yesu Peke Yake Ndiye Mwokozi Wetu?

1. Majaliwa ya Wokovu Kupitia Yesu Kristo
2. Kwa nini Yesu Alitundikwa Msalabani?
3. Hakuna Jina Jingine Duniani Isipokuwa Jina la "Yesu Kristo"

"Yeye ndiye jiwe lile lililodharauliwa na ninyi waashi, nalo limewekwa kuwa jiwe kuu la pembeni. Wala hakuna wokovu katika mwingine awaye yote, kwa maana hapana jina jingine chini ya mbingu walilopewa wanadamu litupasalo sisi kuokolewa kwalo."

Matendo 4:11-12

Utampenda Mungu kwa moyo wako wote pale utakapotambua majaliwa yake katika kustawisha wanadamu. Zaidi ya hayo, ni lazima upende upendo na hekima Yake unapotambua majaliwa ya wokovu kupitia Yesu Kristo.

Sasa, ni kwa jinsi gani majaliwa ya wokovu yaliyofichwa tangu kabla ya wakati kuanza yalitimizwa kupitia Yesu Kristo? Nilikwambia mwanzoni kuwa Mungu wa haki alikuwa amemwandaa mmoja mwenye sifa za kuwakomboa watu wote kufuatana na sheria ya kiroho na kwamba hakuna mwingine ye yote chini ya mbingu isipokuwa Yesu mwenye sifa hizi.

Yesu ni mmoja tu ambaye alikuwa mtu lakini hakuwa mzaliwa wa Adamu kwa sababu mimba yake ilitungwa na Roho Mtakatifu na akaja duniani katika mwili. Kwa kuongezea ana nguvu na upendo wa kuwakomboa watu wote. Hivyo aliweza kufungua njia ya wokovu kwa wanadamu wote kwa kusulubishwa.

Hivyo katika Matendo 4:12 inasema, "Wala hakuna wokovu katika mwingine awaye yote, kwa maana hapana jina jingine chini ya mbingu walilopewa wanadamu litupasalo sisi kuokolewa kwalo." Yeyote anayempokea na kumwamini Yesu Kristo anasamehewa dhambi zote na kuokolewa. Anatoka gizani na kuja nuruni na kupata mamlaka na baraka za watoto wa Mungu.

Sasa, nitafafanua kwa nini ni lazima umwamini Yesu aliyesulubishwa ili uokoke na upate mamlaka na baraka ya mtoto wa Mungu.

1. Majaliwa ya Wokovu Kupitia Yesu Kristo

Mungu aliandaa njia ya wokovu kabla ya kuanza kwa wakati. Kitabu cha Mwanzo kilitabiri kuhusu Yesu na siri ya wokovu kwa wanadamu kupitia msalaba.

Mwanzo 3:14-15 inasema:

BWANA Mungu akamwambia nyoka, "Kwa sababu umeyafanya hayo, umelaaniwa wewe kuliko wanyama wote, na kuliko hayawani wote walioko mwituni; kwa tumbo utakwenda, na mavumbi utakula siku zote za maisha yako; nami nitaweka uadui kati yako na huyo mwanamke, na kati ya uzao wako na uzao wake; huo utakuponda kichwa, na wewe utamponda kisigino."

Kama tulivyoona mwanzoni, katika ulimwengu wa roho, "nyoka" anamaanisha adui ibilisi na "kula mavumbi" ni ishara ya kuonyesha ibilisi anawatawala wanadamu walioumbwa kutoka katika mavumbi ya ardhi. Pia, "mwanamke" inamaanisha "Israeli" na "uzao wa mwanamke" inamaanisha Yesu. Maneno "Wewe [nyoka] utamponda kisigino" yanamaanisha kuwa Yesu atasulubiwa, na "yeye [uzao wa mwanamke] utamponda [nyoka] kichwani" inamaanisha kuwa Yesu ataivunja kambi ya adui ibilisi na Shetani kwa kufufuka kutoka katika wafu.

Shetani Hakuutambua Mpango wa Mungu

Mungu aliuficha mpango huu wa wokovu sirini, ili kwamba adui ibilisi na shetani wasiutambua wasiielewe hekima Yake.

Adui ibilisi na Shetani walijaribu kumwua Yesu kabla hajawaponda kichwa. Alidhani kuwa ataendelea kuwa na mamlaka aliyonyakua kutoka kwa Adamu, ambaye hakumtii Mungu. Hata hivyo, adui ibilisi na shetani hakujua nani alikuwa uzao wa mwanamke. Hivyo, alijaribu kuwaua manabii waliopendwa na Mungu tangu nyakati za Agano Jipya.

Musa alipozaliwa. Adui ibilisi na Shetani alimwandaa Farao, mfalme wa Misri, akawaua watoto wote wa kiume waliozaliwa na wanawake Waebrania (Kutoka 1:15-22). Mimba ya Yesu ilipotungwa na Roho Mtakatifu na Yesu kuja duniani katika mwili, adui ibilisi na Shetani alimwandaa Mfalme Herode kufanya kama alivyofanya Farao.

Hata hivyo, Mungu alikwisha ujua mpango wa adui Shetani. Malaika wa Bwana alimtokea Yusufu katika ndoto na kumwambia aende Misri pamoja na mtoto na mama yake. Mungu aliifanya familia hiyo kuishi Misri mpaka Mfalme Herode alipoaga dunia.

Kusulubiwa kwa Yesu Kuliruhusiwa na Mungu

Yesu alikua akiwa katika ulinzi wa Mungu na alianza huduma yake akiwa na umri wa miaka thelathini. Alizuri maeneo yote ya

Galilaya, akifundisha katika masinagogi, akiponya kila aina ya magonjwa yaliyowatesa watu, akiwafufua wafu, na kuhubiri injili kwa maskini (Mathayo 4:23, 11:5).

Baada ya muda, adui ibilisi na Shetani aliandaa tena mpango wa kumwua Yesu kwa kuwatumia wakuu wa makuhani, walimu wa sheria na Mafarisayo. Hata hivyo kama unavyojua kupitia Biblia, mtu muovu hakuweza hata kumgusa Yesu kwa sababu kila tukio lililotukia katika maisha yake lilitukia kwa majaliwa ya Mungu.

Mungu alimruhusu adui ibilisi na Shetani kumsulubisha Yesu baada ya miaka mitatu ya huduma yake. Matokeo yake, Yesu alivaa taji ya miiba na kufa msalabani kwa maumivu makali kutokana na kudungwa misumari mikononi na miguuni.

Kusulubiwa ni njia ya kikatili ya kuua. Adui ibilisi alifurahi sana alipomwua Yesu kwa kutumia njia hii ya kikatili. Shetani aliimba kwa furaha kwa sababu alifikiri ataendelea kuutawala ulimwengu, kama vile hakuna anayeweza kuharibu utawala wake. Hata hivyo, majaliwa ya mpango wa siri ulikuwa umefichwa na Mungu.

Adui Ibilisi na Shetani Aliivunja Sheria ya Kiroho

Mungu hatumii uweza wake mkuu kinyume na sheria kwa sababu ni mwenye haki. Aliandaa njia ya wokovu kwa kufuata sheria ya roho kabla ya kuanza kwa wakati, kwani hufanya kila kitu kwa kufuata sheria ya kiroho.

Kwa kuwa mshahara wa dhambi ni mauti kwa mujibu wa sheria au kanuni ya kiroho (Warumi 6:23), hakuna mtu anayehukumiwa kifo kama hana makosa. Hata hivyo, adui ibilisi na Shetani alimsulubisha Yesu ambaye hakuwa na lawama wala dosari yo yote (1 Petro 2:22-23). Kwa kufanya hivi shetani aliivunja sheria ya kiroho na alidanganywa na hila zake yeye mwenyewe. Alifanyika chombo kwa ajili ya wokovu wa wanadamu, wokovu uliopangwa na Mungu. Uzao wa mwanamke ulimponda kichwa kama ilivyotabiriwa katika kitabu cha Mwanzo.

Kwa kawaida, nyoka anaweza akaendelea kuwa mbishi hata ukimkanyaga mkia au ukikata mwili wake, lakini hawezi kuwa mbishi ukishikilia kichwa chake kwa nguvu. Hivyo basi, maneno, "Nami nitaweka uadui kati yako na huyo mwanamke, na kati ya uzao wako na uzao wake; huo utakuponda kichwa, na wewe utamponda kisigino" kiroho inamaanisha kuwa adui shetani atapoteza nguvu na mamlaka yake kwa sababu ya Yesu Kristo. Nyoka kuponda kisigino cha uzao wa mwanamke, inamaanisha kuwa Shetani atamsulubisha Yesu, na hili lilitimilizwa kama lilivyosemwa mwanzo katika kitabu cha Mwanzo 3:15.

Wokovu Kupitia Kusulubiwa kwa Yesu

Njia ya wokovu iliyokuwa imefichwa na Mungu tangu kabla ya mwanzo wa wakati ilitimilizwa Yesu alipofufuka siku ya tatu baada ya kusulubishwa kwake.

Miaka kama 6,000 iliyopita, Adamu alimkabidhi adui ibilisi mamlaka aliyopewa na Mungu kwa sababu alivunja sheria ya ulimwengu wa roho kwa kutomtii Mungu (Luka 4:6). Hata hivyo, baada ya miaka 4,000, ilimlazimu Shetani kuiendea njia ya uharibifu kwa kuvunja sheria ya kiroho.

Hivyo, Shetani alilazimika kuwaachia huru wale waliompokea Yesu kama mwokozi wao na kuliamini jina Lake na wakapata haki ya kuwa wana wa Mungu. Je, ikiwa Shetani angeijua hekima hii ya Mungu, angemsulubisha Yesu? Hangefanya hivyo hata kidogo! 1 Wakoritho 2:8, inatukumbusha kuwa "Hekima ambayo wenye kuitawala dunia hii hawaijui hata mmoja; maana kama wangaliijua, wasingalimsulubisha Bwana wa utukufu."

Siku hizi wale wasioujua ukweli huu wanajiuliza pia, "Kwa nini Mungu Mweza wa Yote hakumkinga mwanaye dhidi ya kifo? Kwa nini aliacha mpaka akafa msalabani?" Hata hivyo ikiwa unayaelewa kwa dhati majaliwa ya msalaba, utajua kwa nini ilikuwa Yesu asulubishwe na namna ambavyo angekuwa Mfalme wa wafalme na Bwana wa mabwana baada ya ushindi wake dhidi ya adui ibilisi. Kwa hiyo ye yote anayemwamini Yesu kuwa ni mwokozi aliyekufa msalabani na kufufuka siku tatu baadaye ili kuwakomboa wanadamu kutoka katika dhambi zote anatangazwa kuwa ni mwenye haki na ameokoka.

2. Kwa nini Yesu Alitundikwa Msalabani?

Sasa kwa nini Yesu atundikwe kwenye msalaba wa mbao/mti? Kwa nini uwe msalaba wa mti? Miongoni mwa njia za unyongaji, Yesu alikufa kwenye msalaba wa mbao. Kwa mujibu wa Wagalatia 3:13-14, kuna sababu tatu za Kiroho zinazoeleza kwa nini Yesu alitundikwa kwenye msalaba wa mbao/mti.

Kwanza, Kutukomboa Kutoka Kwenye Laana ya Sheria

Wagalatia 3:13 inasema, "Kristo alitukomboa katika laana ya torati, kwa kuwa alifanywa laana kwa ajili yetu; maana imeandikwa, 'Amelaaniwa kila mtu aangikwaye juu ya mti.'" Inaeleza kwamba Yesu alitukomboa kutoka kwenye laana ya sheria kwa kutundikwa kwenye msalaba wa mbao.

Wanadamu wote walilaaniwa na wakaiendea njia ya mauti kwa sababu Adamu, mwanadamu wa kwanza hakutii kama ilivyoandikwa katika Warumi 6:23 kuwa, "Mshahara wa dhambi ni mauti." Hata hivyo, Mungu alimtoa Mwanawe Yesu kwa ajili ya wanadamu ili atundikwe kwenye msalaba wa mbao ili awakomboe kutoka kwenye laana ya sheria (Kumbukumbu 21:23).

Zaidi ya hayo, Yesu alimwaga damu Yake ya thamani msalabani. Chunguza mstari wa 11 na 14 kutoka kwa Walawi 17:

Mstari wa 11

Kwa kuwa uhai wa mwili uko katika hiyo damu; nami nimewapa ninyi hiyo damu juu ya madhabahu, ili kufanya upatanisho kwa ajili ya nafsi zenu; kwani ni hiyo damu ifanyayo upatanisho kwa sababu ya nafsi.

Mstari wa 14

Kwa kuwa uhai wa kila kiumbe uko katika damu yake;..... kwa kuwa uhai wa kila kiumbe ni damu yake.

Mwandishi wa Walawi anasema uhai ni damu kwa sababu kila kiumbe kinahitaji damu ili kiishi na bila kuwa na damu kinakufa.

Hata hivyo, mtu anapokufa, mwili wake hurudi mavumbini na roho yake inakwenda mbinguni au kuzimu. Kupata uzima wa milele ni lazima uwe umesamehewa dhambi zako zote. Kusamehewa dhambi zako, lazime kuwepo kumwagika kwa damu kama inavyoelezwa katika Waebrania 9:22, "Na katika Torati karibu vitu vyote husafishwa kwa damu, na pasipo kumwaga damu hakuna ondoleo" Kwa sababu hii, wakati wa Agano la Kale, watu walitoa damu za wanyama kila walipotenda dhambi. Na Yesu alimwaga damu yake ya thamani mara moja tu ili watu wasemehewe dhambi zao na kupata uzima wa milele kwa sababu Yeye Mwenyewe hana dhambi ya asili au dhambi ya kutenda Yeye Mwenyewe.

Vivyo hivyo, unaweza kupata uzima wa milele kwa sababu ya

damu ya thamani ya Yesu. Hii ni kusema kuwa, Yesu alikufa badala yako na akafungua njia ili ufanywe mwana wa Mungu.

Pili, Kumpa Baraka Ibrahimu

Nusu ya kwanza ya Wagalatia 3:14 inasema kwamba "Ili kwamba baraka ya Abrahamu iwafikie Mataifa." Hii inamaanisha kuwa Mungu anatoa baraka aliyopewa Ibrahimu si kwa Waisraeli tu bali hata kwa mataifa wenye haki, waliompokea Yesu kama mwokozi wao.

Ibrahimu aliitwa "Baba wa imani" na "Rafiki wa Mungu," na aliishi katika baraka ya watoto, akiwa mwenye afya nzuri, akaishi maisha marefu, akiwa tajiri na,kadhalika. Sababu inayoonyesha kwa nini Ibrahimu alibarikiwa sana imeandikwa katika Mwanzo 22:15-18:

> Malaika wa BWANA akamwita Abrahamu mara ya pili kutoka mbinguni akasema, "Nimeapa kwa nafsi yangu asema BWANA, kwa kuwa umetenda neno hili, wala hukunizuilia mwanao, mwanao wa pekee, katika kubariki nitakubariki, na katika kuzidisha nitauzidisha uzao wako kama nyota za mbinguni, na kama mchanga ulioko pwani; na uzao wako utamiliki lango la adui zao; na katika uzao wako mataifa yote ya dunia watajibarikia; kwa sababu umetii sauti Yangu."

Ibrahimu alimtii Mungu alipomwambia "Toka wewe katika

nchi yako, na jamaa zako, na nyumba ya baba yako, uende mpaka nchi nitakayokuonesha" (Mwanzo 12:1). Pia alitii bila udhuru wo wote au malalamiko Mungu alipomwambia, "Umchukue mwanao, mwana wako wa pekee, umpendaye, Isaka, ukaende zako mpaka nchi ya Moria, ukamtoe sadaka ya kuteketezwa huko juu ya mlima mmojawapo nitakaokuambia" (Mwanzo 22:2). Jambo hili liliwezekana kwa Ibrahimu kwa sababu alimwamini Mungu anayewafufua wafu (Waebrania 11:19). Aliweza kuwa baraka na baba wa imani kwa sababu alikuwa na imani thabiti.

Kwa hiyo, watoto wa Mungu wanaompokea Yesu kama mwokozi wao wanapaswa kuwa na imani ya Ibrahimu. Ndipo utaweza kumpa Mungu utukufu kwa kupata baraka zote za duniani.

Tatu, Kutoa Ahadi ya Roho Mtakatifu

Nusu ya pili ya Wagalatia 3:14 inasema, "ili tupate kupokea ahadi ya Roho kwa njia ya imani." Hii ina maana kuwa mtu ye yote anayeamini kuwa Yesu alikufa kwenye msalaba wa mti kwa ajili ya wanadamu wote anaondolewa katika laana ya sheria na kupokea ahadi ya Roho Mtakatifu. Kwa kuongezea, kila anayempokea Yesu kama mwokozi anapata mamlaka ya mtoto wa Mungu na Roho Mtakatifu kama zawadi na uthibitisho (Yohana 1:12; Warumi 8:16).

Unapompokea Roho Mtakatifu, unaweza kumwita Mungu

"Abba, Baba" (Warumi 8:15), jina lako linaandikwa katika Kitabu cha Uzima mbinguni (Luka 10:20), na unakuwa na uraia wa mbinguni (Wafilipi 3:20). Hii ni kwa sababu Roho Mtakatifu, ambaye ndiye moyo na nguvu ya Mungu anakuongoza kwenye uzima wa milele kwa kukusaidia kulielewa Neno la Mungu na kuishi kwa mujibu wa Neno Lake kwa imani.

Utaokolewa si tu pale unapomkubali Yesu kama mwokozi wako lakini pia ukiamini katika moyo wako kuwa aliivunja mamlaka ya kifo na alifufuka. Kuhusu hili Warumi 10:9 inasema: "Ukimkiri Yesu kwa kinywa chako ya kuwa ni Bwana, na kuamini moyoni mwako ya kuwa Mungu alimfufua katika wafu, utaokoka."

Kabla ya mwanzo wa wakati, Mungu aliandaa mpango mkuu ili kuwafanya wale wanaomwamini Yesu kama mwokozi waweze kuungana na Mungu na awaongoze kwenye wokovu. Mpango huu ni wa kustaajabisha na wa siri sana. Wanadamu waliiendea njia ya mauti kwa sababu ya dhambi ya mtu wa kwanza kwa mujibu wa sheria ya ulimwengu wa roho, inayosema kuwa "Mshahara wa dhambi ni mauti." Hata hivyo wangewekwa huru na laana ya sheria na kuokolewa kwa imani na sheria hiyo hiyo kutokana na Shetani kukiuka sheria ya ulimwengu wa roho.

Iliwapasa wanadamu kuteseka kutokana na uchungu, matatizo na kifo ambacho adui ibilisi alileta walipofanywa watumwa wa dhambi kwa sababu ya kutotii kwao. Hata hivyo kila anayempokea Yesu kama Mwokozi na kumpokea Roho

Mtakatifu anaweza kupata wokovu, uzima wa milele, ufufuo na baraka tele.

Marupurupu na Baraka Wanazopewa Watoto wa Mungu

Kila anayeufungua moyo wake na kumpokea Yesu Kristo husamehewa, anapokea haki ya kuwa mtoto wa Mungu, na anafurahia amani na furaha katika moyo wake. Hili linawezekana kwa sababu Yesu alizichukua dhambi zetu zote mara moja tu kwa kusulubiwa. Kama inavyosema katika Zaburi 103:12, "Kama mashariki ilivyo mbali na magharibi, ndivyo alivyoweka dhambi zetu mbali nasi." Inasema pia kuwa katika Waebrania 10:16-18 "' Hili ni agano nitakaloagana nao baada ya siku zile, anena Bwana, 'Nitatia sheria zangu mioyoni mwao, Na katika fikira zao nitaziandika,' ndipo anenapo, 'Dhambi zao na uasi wao sitaukumbuka tena kabisa'. Basi, ondoleo la hayo likiwapo, hapana toleo tena kwa ajili ya dhambi."

Hakuna kitu ulimwenguni kinachostahili kulinganishwa na haki ya kuwa watoto wa Mungu inayotolewa kwa imani. Katika ulimwengu huu, haki ya watoto wa mfalme au rais ina nguvu sana. Je, si zaidi haki ya kuwa watoto wa Mungu Muumba anayetawala juu ya ulimwengu na anayetawala historia ya mwanadamu na mfumo wa anga na mbingu?

Mungu haichukulii kuwa ni imani ya kweli au thabiti unapodai tu kuwa, "Yesu ni Mwokozi." Unapaswa kumwelewa

Yesu ni nani, kwa nini ni Mwokozi pekee kwa ajili yako, na uwe na imani ya kweli na thabiti kutokana na ufahamu huo. Ndipo, ukiwa na imani ya kweli na thabiti, unaweza kuyatambua majaliwa ya Mungu yaliyofichwa msalabani na ukakiri kuwa, "Bwana ni Kristo na ni Mwana wa Mungu aliye hai." Zaidi ya hayo unaweza kuishi kwa kufuata utashi wa Mungu. Bila imani hii ya kweli na thabiti, ni vigumu sana kwako kuwa na imani inayotoka katika moyo na kuishi kufuatana na Neno la Mungu. Hivyo kama Yesu alivyotwambia katika Mathayo 7:21 kuwa, " Si kila mtu aniambiaye, Bwana, Bwana, atakayeingia katika ufalme wa mbinguni; bali ni yeye afanyaye mapenzi ya Baba yangu aliye mbinguni." Yesu alitangaza kwa uwazi kabisa kuwa watu wanaokiri kwake kuwa yeye Yesu ni Bwana na wanaishi kwa kufuata mapenzi na Neno la Mungu ndio watakaookoka.

3. Hakuna Jina Jingine Duniani Isipokuwa Jina la "Yesu Kristo"

Matendo 4 inaonyesha tukio ambapo Petro na Yohana kwa ujasiri wanalishuhudia Jina la Yesu mbele ya Baraza (Sanhedrin). Waliamini kwa dhati kuwa hakuna jina jingine zaidi ya "Yesu Kristo" ambalo mwanadamu anaweza kuufikia wokovu, na Petro aliyekuwa amejaa Roho Mtakatifu, alitiwa nguvu na kutangaza kuwa "Wala hakuna wokovu katika mwingine awaye yote, kwa maana hapana jina jingine chini ya mbingu walilopewa wanadamu litupasalo sisi kuokolewa kwalo." (Acts 4:12).

Kuna athari gani za kiroho katika jina "Yesu Kristo"? Na ni kwa nini Mungu hakutupa jina jingine zaidi ya jina la Yesu Kristo ambalo kwa hilo tunapaswa kuufikia wokovu?

Tofauti Kati ya "Yesu" na "Yesu Kristo"

Matendo 16:31 inatwambia kuwa, "Mwamini Bwana Yesu, nawe utaokoka pamoja na nyumba yako." Kuna sababu ya muhimu kwa nini imeandikwa "Bwana Yesu," siyo "Yesu."

Neno "Yesu" linamaanisha mtu atakayewaokoa watu Wake kutoka katika dhambi zao. "Kristo" ni neno la Kigiriki linalomaanisha "Masihi" kwa Kiebrania. Ni "yule aliyepakwa mafuta" (Matendo 4:27) na linamaanisha Mwokozi aliye Mpatanishi kati ya Mungu na wanadamu. Hii ni kusema kuwa, "Yesu" ni jina la mwokozi ajaye, lakini "Kristo" ni jina la Mwokozi ambaye amekwisha kuwaokoa watu.

Nyakati za Agano la Kale, Mungu aliwapaka mafuta watu waliokuwa wawe wafalme au makuhani au manabii kwa kuwamwagia mafuta juu ya vichwa vyao (Walawi 4:3; 1 Samweli 10:1; 1 Wafalme 19:16). Mafuta ni alama ya Roho Mtakatifu. Hivyo kumpaka mafuta mtu kunamaanisha kumpa Roho Mtakatifu mtu aliyeteuliwa na Mungu.

Yesu alipakwa mafuta ili kama Mfalme, Kuhani Mkuu na Nabii na akaja katika ulimwengu huu katika mwili ili kuwaokoa wanadamu wote kufuatana na majaliwa ya Mungu aliyokwishaandaa tangu kabla ya mwanzo wa wakati. Alisulubiwa ili kutuokoa, na akawa Mwokozi wetu kwa kufufuka siku ya tatu. Yeye ni mwokozi aliyeikamilisha mipango ya Mungu ya wokovu. Yeye ni Kristo.

Kabla ya kusulubiwa, tunamwita "Yesu" tu. Hata hivyo, baada ua kusulubiwa na kufufuka, anatambulika kama "Yesu Kristo", "Bwana Yesu" au "Bwana."

Unapaswa kujua kuwa kunatofauti kubwa sana ya nguvu kati ya "Yesu" na "Yesu Kristo". Yesu ni jina alilopewa kabla ya kukamilisha majaliwa ya wokovu na adui ibilisi haogopi sana hili jina. Hata hivyo jina "Yesu Kristo" linamaanisha mambo haya matatu: damu iliyotukomboa kutoka katika dhambi zetu; ufufuo uliovunja mamlaka ya mauti; na maisha ya milele. Adui ibilisi hutetemeka kwa woga anaposikia jina hili.

Watu wengi hupuuzia ukweli huu kwa sababu hawaelewi tofauti hii. Ni kweli kuwa matendo ya Mungu na majibu yatakuwa tofauti kutegemeana na jina utakalotumia au kuita (Matendo 3:6).

Unapomwomba Mungu kwa kutumia jina la Yesu Kristo na kuweka ukweli huu katika akili yako, utaishi maisha ya ushindi yaliyojaa majibu mengi na ya haraka kutoka kwa Mungu Mwenyezi.

Utiifu wa Yesu

Ijapokuwa Yesu alikuwa Mungu kwa asili yake, Hakuchukulia

kuwa kwake sawa na Mungu ni kitu cha kukumbatia au kutaka haki kama Mungu. Hakujiona kitu; alijinyenyekeza kama mtumwa na akajitokeza katika umbo la mwanadamu.

Mtumishi wa Mungu hana utashi wake yeye mwenyewe. Hufanya kazi kwa kufuata utashi wa bwana au mkuu wake badala ya kufuata utashi wake. Ni wajibu wa mtumishi ijapokuwa unaweza kuwa kinyume na hisia au utashi wake. Yesu aliyatii mapenzi ya Mungu akiwa katika moyo wa mtumishi mwema, na hivyo aliweza kuikamilisha huduma Yake kwa ajili ya wokovu wa wanadamu.

Mungu alimwinua Yesu, aliyetii utashi wa Mungu, akisema, "Ndiyo" na "Amina," kwa mahali pa juu na kuwaruhusu watu wengi kukiri kuwa Yeye ni Bwana.

Kwa hiyo tena Mungu alimwadhimisha mno, akamkirimia Jina lile lipitalo kila jina; ili kwa jina la Yesu kila goti lipigwe, la vitu vya mbinguni, na vya duniani, na vya chini ya nchi; na kila ulimi ukiri ya kuwa YESU KRISTO NI BWANA, kwa utukufu wa Mungu Baba (Wafilipi 2:9-11).

Jina "Bwana Yesu" Linadhihirisha Nguvu ya Mungu

Katika Yohana 1:3 inasema, "Vyote vilifanyika kwa huyo; wala pasipo yeye hakikufanyika chochote kilichofanyika." Kwa kuwa vitu vyote ulimwenguni viliumbwa kupitia Yesu, ana mamlaka ya kutawala juu ya vitu vyote kama mwumbaji. Yesu Kristo mwana wa Munu Muumba alipoamuru, vitu visivyo na uhai kama dhoruba, na mawimbi ya bahari vilimtii na kutulia, na mtini ilikauka alipoulaani.

Yesu alikuwa na mamlaka ya kusamehe dhambi na kuwaokoa watenda dhambi kutokana na adhabu ya dhambi zao. Ndiyo sababu Yesu alimwambia mtu aliyepooza katika Mathayo 9:2 kuwa, "Jipe moyo mkuu, mwanangu, umesamehewa dhambi zako" na kifungu cha sita akasema, "'Lakini mpate kujua ya kwamba Mwana wa Adamu anayo amri duniani ya kusamehe dhambi, (amwambia yule mwenye kupooza) Inuka, ujitwike kitanda chako, uende nyumbani kwako..'"

Kwa kuongezea, Yesu alikuwa na nguvu za kuponya kila aina ya magonjwa, ulemavu na kufufua wafu. Yohana 11 inaelezea kuhusu tukio la Lazaro aliyekufa aliyetoka kaburini akiwa amefungwa sanda wakati Yesu alipomwita kwa kupaza sauti akisema, "Lazaro, toka nje". Alikuwa amekufa kwa siku nne na alikuwa anatoa harufu mbaya, lakini alitoka kaburini akiwa mtu mwenye afya.

Vivyo hivyo, Yesu hukupatia kila unachoomba kwa imani kwa sababu ana nguvu za Mungu za ajabu.

Yesu Kristo, Upendo wa Mungu

Kama inavyosema katika 1 Yohana 4:10, "Hili ndilo pendo, si kwamba sisi tulimpenda Mungu, bali kwamba yeye alitupenda sisi, akamtuma Mwanawe kuwa kipatanisho kwa dhambi zetu," Mungu alituonyesha upendo wake wa ajabu. Alimtuma mwanawe wa pekee kama dhabihu ya upatanisho tulipokuwa bado wenye dhambi. Ilimlazimu Mungu kuvumilia machungu na maumivu makuu alipofungua njia ya wokovu wa mwanadamu mwanawe alipogongwa kwa misumari msalabani na kumwaga damu. Mungu mwenye upendo alijisikiaje alipomwona Mwanawe Yesu akisulubiwa? Mungu hakuweza kuketi kwenye kiti chake cha enzi. Mathayo 27:51-54 inatwambia namna ambavyo Mungu aliteseka Yesu aliposulubiwa.

Na tazama, pazia la hekalu likapasuka vipande viwili toka juu hadi chini; nchi ikatetemeka; miamba ikapasuka; makaburi yakafunuka; ikainuka miili mingi ya watakatifu waliolala; nao wakiisha kutoka makaburini mwao, baada ya kufufuka kwake, wakauingia mji mtakatifu, wakawatokea wengi. Basi yule afisa, na hao waliokuwa pamoja naye wakimlinda Yesu, walipoliona tetemeko la ardhi na mambo yaliyofanyika, wakaogopa sana, wakisema, "Hakika huyu alikuwa Mwana wa Mungu!"

Hii inaonyesha wazi kuwa Yesu hakusulubiwa kwa sababu ya dhambi zake mwenyewe lakini kwa sababu ya pendo kuu la Mungu ili kuwaongoza watu wote kwenye njia ya wokovu. Hata hivyo, watu wengi sana hawaukubali wala kuuelewa upendo huu wa ajabu wa Mungu.

Baada ya Adamu kuasi, wanadamu hawakuweza kuwa na Mungu na wakawa na asili ya dhambi. Hata hivyo, Yesu alikuja duniani na kufanywa Mpatanishi kati ya Mungu na sisi ili awape watu wote baraka za Immanueli (Mathayo 1:23). Kupitia maumivu na mateso ya Yesu msalabani, tunapata mapumziko na amani ya kweli.

Hivyo, ninategemea umeelewa upendo mkuu wa Mungu aliyemtoa Mwanawe wa pekee kama fidia ili kutukomboa kutokana na dhambi na mauti ya milele, pia natumai umeelewa upendo wa Bwana hata kujitoa kama dhabihu ambaye, ijapokuwa hakuwa na dhambi yo yote, alisulubiwa kwa niaba yetu na akafungua njia ya wokovu.

Sura ya 6

MAJALIWA YA MSALABA

1. Kuzaliwa Zizini na Kulazwa Sehemu ya Kulishia Wanyama
2. Maisha ya Yesu Katika Umaskini
3. Kuchapwa Viboko na Kumwaga Damu Yake
4. Kuvaa Taji ya Miiba
5. Mavazi na Kanzu ya Yesu
6. Kupigiliwa Misumari Miguu na Mikono Yake
7. Miguu ya Yesu Haikuvunjwa Lakini Alichomwa Ubavuni

"Ole wake, taifa lenye dhambi, watu wanaochukua mzigo wa uovu, wazao wa watenda mabaya, watoto wanaoharibu; wamemwacha BWANA, wamemdharau yeye aliye Mtakatifu wa Israeli, wamefarakana naye na kurudi nyuma. Mbona mnataka kupigwa, hata sasa, hata mkazidi kuasi? Kichwa chote ni kigonjwa, moyo wote umezimia. Toka wayo wa mguu hadi kichwani hamna uzima ndani yake; bali jeraha na machubuko na vidonda vitokavyo usaha; havikufungwa, havikuzongwazongwa, wala havikulainishwa kwa mafuta.

Isaya 53:4-6

Katika mpango wa Mungu wa kuwapata watoto wake halisi, sehemu ya muhimu zaidi ni kuwa Yesu alikuja katika mwili ulimwenguni, alipitia kila aina ya mateso na kufa kwenye msalaba. Kupitia haya yote, aliikamilisha njia ya wakovu kwa wanadamu.

Majaliwa ya Mungu kuhusu msalaba yana maana ya ndani sana kiroho. Yesu, ambaye ndiye mwana pekee wa Mungu aliuacha utukufu wa mbinguni na kuzaliwa katika zizi la ng'ombe na kuishi maisha ya kimaskini maisha yake yote.

Kwa kuongezea, alichapwa viboko na kugongomezwa misumari mikononi na miguuni, akavishwa taji ya miiba na kumwaga damu na maji yake kwa kuchomwa mkuki ubavuni mwake. Kila mateso aliyopitia Yesu yana upendo wa Mungu wa ajabu.

Unapoelewa kwa kina maana ya kiroho ya msalaba na mateso ya Yesu, moyo wako utaambatana na upendo wa Mungu na utakuwa na imani thabiti. Unaweza pia kupata majibu ya matatizo yako yote yaliyo katika maisha yako kama vile umaskini, magonjwa, pamoja na kuingia kwenye ufalme wa milele wa mbinguni.

1. Kuzaliwa Zizini na Kulazwa Kwenye Kihori cha Ng'ombe

Yesu, ambaye kwa asili ni Mungu, alikuwa bwana wa vitu

vyote mbinguni na duniani na kiumbe mwenye utukufu sana. Mbali na hayo yote, alikuja duniani katika mwili ili kuwakomboa wanadamu kutoka dhambini na kuwaelekeza kwenye wokovu.

Yesu ni Mwana wa pekee wa Mungu Mwenyezi Muumba. Kwa nini sasa, hakuzaliwa mahali pazuri au angalau kwenye chumba kizuri? Kwa nini Mungu hakufanya azaliwe mahali pazuri? Kwa nini alifanya Yesu akazaliwa zizini na kulazwa sehemu ya kulishia wanyama? Kuna maana ya ndani sana ya kiroho juu ya hili. Unapaswa kujua kuwa, kiroho, Yesu alizaliwa katika namna yenye utukufu sana. Ijapokuwa watu hawakuona kwa macho yao ya nyama, Mungu alifurahishwa sana na kuzaliwa kwa Yesu kiasi alimzunguushia mtoto Yesu mwanga wa utukufu pamoja na kundi kubwa la malaika wa mbinguni. Unaweza kuhisi kufurahishwa kwake kutoka katika Luka 2:14, inayosema: "Atukuzwe Mungu juu mbinguni, Na duniani iwe amani kwa watu aliowaridhia." Mungu aliwaandaa pia wachungaji wazuri na Mamajusi kutoka Mashariki aliowaongoza mpaka wakafika pale alipokuwa mtoto Yesu na wakamwabudu.

Kumsifu na kumwabudu kulifanyika kwa sababu Yesu alikuwa afungue mlango wa wokovu kwa kuja kwake katika ulimwengu huu, na watu wengi wangeingia katika ufalme wa Mungu kama watoto wa Mungu, na Yesu Mwana wa Mungu angekuwa Mfalme wa wafalme na Bwana wa mabwana.

Majaliwa ya Mungu Yaliyofichwa Katika Kuzaliwa kwa Yesu

Nyakati za Yesu kuzaliwa, Kaisari Agusto alitoa amri kuwa kufanywe sensa ya watu wote katika Ufalme wote wa Rumi. Wayahudi walikuwa chini ya ukoloni wa Rumi na walikwenda katika miji ya kwao ili kuandikishwa, ili kutii amri ya Kaisari.

Yusufu pia alikwenda pamoja na mchumba wake, akitokea mji wa Nazareti ulio Galilaya na kwenda Bethlehemu mji wa Daudi, kwa sababu alitoka katika ukoo wa Daudi. Mariamu alikuwa amechumbiwa na Yusufu na alipata mimba kwa uweza wa Roho Mtakatifu kabla ya kwenda huko, na akamzaa Yesu, mzaliwa wake wa kwanza walipokuwa huko.

Jina hili "Bethlehemu" linamaanisha "Nyumba ya Mikate," na ulikuwa mji wa nyumbani wa Mfalme Daudi (1 Samweli 16:1). Mika 5:2 anaandika kuhusu mji wa Bethlehemu kama ifuatavyo: "Bali wewe, Bethlehemu Efrata, uliye mdogo kuwa miongoni mwa elfu za Yuda; kutoka kwako wewe atanitokea mmoja atakayekuwa mtawala katika Israeli; ambaye asili yake imekuwa tangu zamani za kale, tangu milele." Bethlehemu ulitabiriwa kuwa mji atakaozaliwa Masihi.

Wakati huo hapakuwa na nafasi kwa ajili ya Mariamu na Yusufu katika nyumba za kulala wageni, kwa sababu maelfu ya watu walikuwa katika mji wa Bethlehemu wakijiandikisha. Wakiwa huko, Mariamu alimzaa mtoto zizini. Akamvalisha vitambaa na kumlaza sehemu za kulishiwa wanyama, chombo kikubwa kama mtumbwi (au kontena) kinachotumika kulishiwa ng'ombe au farasi.

Sasa, kwa nini Yesu, aliyekuja kama Mwokozi wa wanadamu, akazaliwa katika mazingira ya kimaskini namna hiyo?

Kuwakomboa Watu Walio Kama Wanyama

Muhubiri 3:18 inasema, "Nikasema moyoni mwangu, ni kwa sababu ya wanadamu, ili Mungu awajaribu, nao waone ya kuwa wao wenyewe wafanana na wanyama.'" Wanadamu waliopoteza sura ya Mungu, mbele za Mungu ni sawa na wanyama. Kwa asili, mwanadamu wa kwanza, Adamu aliumbwa kwa mfano wa Mungu. Alikuwa pia mtu wa kiroho kwa sababu Mungu alimfundisha Neno la kweli tu.

Hata hivyo, Adamu alikula tuna la mti wa ujuzi wa mema na mabaya kinyume na amri ya Mungu, hivyo roho yake ilikufa na hakuweza kuwasiliana na Mungu tena. Kwa kuongezea hakuwa mtawala wa vitu vilivyoumbwa tena. Shetani alimsababisha Adamu kufuata asili ya dhambi, na moyo wake safi na wa kweli ukabadilika na kuwa moyo usio wa kweli na mchafu.

Katika maisha yako ya kila siku, pengine umewahi kusikia wakati mwingine msemo unaosema "Ana roho kama ya mnyama." Mara kwa mara unasikia kuhusu watu wenye roho kama wanyama katika vyombo vya habari. Kwa faida yao wenyewe hudanganya kirahisi na kuwalaghai majirani, wateja, marafiki na jamaa zao. Wakati mwingine wazazi na watoto wanachukiana na wanafikia hatua ya kutaka kuuana.

Watu wanadiriki kufanya mambo maovu kama hayo kwa sababu nafsi ndiyo mtawala wa wanadamu tangu kifo cha roho, na kwa sababu ya dhambi wamepoteza ule mfano wa Mungu. Kama wanyama walioumbwa na mwili na nafsi, watu wa namna hiyo hawawezi kuingia mbinguni wala kumwita Mungu Abba Baba. Yesu alizaliwa zizini ili kuwakomboa wanadamu ambao hawakuwa bora kuliko wanyama.

Yesu Ndiye Chakula Halisi cha Kiroho

Yesu alilazwa katika kihori, ambacho ni chombo cha kulishia farasi, ili awe chakula halisi cha kiroho kwa wanadamu ambao si bora kushinda wanyama (Yohana 6:51).

Kwa maneno mengine, yalikuwa majaliwa ya kiungu kumletea mwanadamu wokovu kamili kwa kumwezesha kuirudisha sura ya Mungu iliyopotea na kutimiza majukumu yote ya mwanadamu. Majukumu yote ya mwanadamu ni yapi? Mhubiri 12:13-14 inatuangazia kwa kifupi:

Hii ndiyo jumla ya maneno; yote yamekwisha sikiwa; Mche Mungu, nawe uzishike amri zake, Maana kwa jumla ndiyo impasayo mtu. Kwa maana Mungu ataleta hukumuni kila kazi, pamoja na kila neno la siri, likiwa jema au likiwa baya

"Kumcha Mungu" maana yake nini? Mithali 8:13 inatwambia kuwa "Kumcha BWANA ni kuchukia uovu." Kwa hiyo, kumcha Mungu ni kuacha kukubaliana na uovu na kutupa uovu wa kila aina ulio katika moyo wako.

Ikiwa kweli unamcha Mungu, unapaswa kuachana na uovu kwa kadri unavyoweza kuacha kila aina ya uovu na kupambana mpaka kiwango cha kutoka damu na uiondoe kabisa. Kama wanafunzi wanaojifunza kwa bidii ili kujihakikishia mustakabali wao, unapaswa ujitahidi kumcha Mungu kadri unavyoweza na kutenda majukumu yote ya mwanadamu ili kufurahia upendo na baraka za Mungu.

Katika Biblia, unaweza kuona amri ya Mungu aliyowapa watoto Wake inayosema "fanya hivi; usifanya lile; tunza hili; na liondoe lile." Wakati kwa upande mmoja, wanachopaswa kufanya watoto wa Mungu ni "kuomba, kupenda, kushukuru na mambo mengine mengi." Upande mwingine, Mungu anatuamuru tusifanya mambo yanayotusababishia kifo kama vile chuki, uzinzi na ulevi.

Anatuagiza tutii baadhi ya amri, kama vile "Kuitakasa siku ya Sabato," "Kutimiza nadhiri," na mambo kama hayo. Pia Mungu anatutaka tuachane na mambo yanayoweza kutusababishia hatari, kwa kusema, "Epuka kila aina ya uovu," "Acha ulafi na uroho," na kadhalika.

Mwanadamu ana wajibu wa kumcha Mungu na kutii amzi Zake. Mungu atatufanya tuwajibike kwa kila tendo tunalotenda Siku ya Hukumu, kila jambo lililofichika liwe jema au baya.

Hivyo unapoishi kama mnyama, bila kuwajibika kama mwanadamu, hakika utaangukia Jehanamu, ambayo ni matokeo ya hukumu ya Mungu. Vivyo hivyo Yesu alizaliwa zizini na kulazwa katika kihori cha ng'ombe ili awakomboe wanadamu amba si wema kushinda wanyama na ili awe chakula chao cha kiroho.

2. Maisha ya Yesu Katika Umaskini

Yohana 3:35 inasema, "Baba ampenda Mwana, naye amempa vyote mkononi mwake." Na katika Wakolosai 1:16 inasema, "Kwa kuwa katika yeye vitu vyote viliumbwa, vilivyo mbinguni na vilivyo juu ya nchi, vinavyoonekana na visivyoonekana; ikiwa ni vitu vya enzi, au milki, au enzi, au mamlaka; vitu vyote viliumbwa kwa njia yake, na kwa ajili yake." Kwa maneno mengine, Yesu ni Mwana pekee wa Mungu Muumba na Bwana wa vitu vyote vilivyo mbinguni na duniani.

Sasa kwa nini alikuja katika ulimwengu huu katika hali ya chini na ya unyenyekevu na kuishi katika umaskini ijapokuwa katika asili ya Mungu Mwenyezi na kwa kila kipimo alikuwa tajiri?

Kuwakomboa Wanadamu Kutoka Katika Umaskini

2 Wakoritho 8:9 reads, "Maana mmejua neema ya Bwana

wetu Yesu Kristo, jinsi alivyokuwa maskini kwa ajili yenu, ingawa alikuwa tajiri, ili kwamba ninyi mpate kuwa matajiri kwa umaskini wake." Majaliwa ya upendo wa ajabu wa Mungu yanadhihirishwa katika hili. Ijapokuwa Yesu alikuwa Mfalme wa wafalme, Bwana wa mabwana na Mwana wa Mungu Muumba, aliuacha utukufu wote wa mbinguni, na akaja katika ulimwengu huu na kuishi katika umaskini akavumilia kebehi na kutendewa vibaya na watu ili kuwakomboa watu kutokana na umaskini.

Mwanzoni Mungu alimuumba mtu ili achukue na kula matunda bila kutoka jasho na kufurahia maisha yenye mafanikio bila kufanya kazi. Hata hivyo baada ya Adamu, mtu wa kwanza kutotii Neno la Mungu na kuchafuka, mwanadamu aliweza kula chakula chake baada ya kufanya kazi ngumu na kutoka jasho. Kutokana na hili, mara nyingi mwanadamu anaishi akiwa maskini na mwenye mahitaji.

Umaskini peke yake si dhambi, hivyo Yesu hakumwaga damu yake ili kutukomboa na umaskini. Lakini, umaskini ni laana iliyotolewa baada ya Adamu kutomtii Mungu, hivyo Yesu alikutajirisha kwa yeye kuishi katika umaskini.

Baadhi ya watu husema kuishi kimaskini alikoishi Yesu, kunamaanisha umaskini wa kiroho. Hata hivyo kwa sababu mimba ya Yesu ilitungwa kupitia Roho Mtakatifu na yeye ni mmoja pamoja na Mungu Baba, si sahihi kufikiri kuwa alikuwa maskini kiroho.

Unapaswa kujua kuwa Yesu aliishi katika umaskini ili akukomboe wewe kutoka katika umaskini na uishi maisha mazuri huku ukimshukuru Mungu kwa upendo na neema Yake.

Baadhi ya watu husema si sahihi kuomba pesa wakati wa maombi. Wengine husema ikiwa wewe ni Mkristo, unapaswa kuishi katika umaskini. Lakini hayo si mapenzi ya Mungu kabisa.

Unaweza kusoma maneno mengi yanayohusiana na baraka katika Biblia. Kwa mfano unaweza kusoma katika Kumbukumbu 28:2-6 kwamba:

na baraka hizi zote zitakujilia na kukupata usikiapo sauti ya BWANA, Mungu wako. Utabarikiwa mjini, utabarikiwa na mashambani. Utabarikiwa uzao wa tumbo lako, na uzao wa nchi yako, na uzao wa wanyama wako wa mifugo, koungezeka kwa ng'ombe wako, na wadogo wa kondoo wako. Litabarikiwa kapu lako, na chombo chako cha kukandia unga. Utabarikiwa uingiapo, utabarikiwa na utokapo

3 Yohana 1:2 inatusihi kuwa, "Mpenzi naomba ufanikiwe katika mambo yote na kuwa na afya yako, kama vile roho yako ifanikiwavyo." Ukweli ni kuwa, watu waliochaguliwa na Mungu kama Ibrahimu, Isaka, Yakobo, Yusufu na Danieli wote waliishi maisha ya mafanikio na utajiri sana.

Kuishi Maisha ya Kitajiri

Mungu ni mwenye haki na humfanya kila mtu kuvuna kile

alichopanda. Kama ambavyo wazazi hutaka kuwapa watoto wao vitu vizuri tu, Mungu wako anayekupenda vile vile anataka kukupa kila unachoomba kwa imani (Marko 11:24).

Mungu anataka kukubariki na kukujibu, lakini huwezi kupokea kitu chochote ikiwa huwezi kuomba au unapoomba bila ya kutambua unachokiomba. Hivyo, ukijaribu kuvuna kitu fulani bila ya kupanda kitu chochote, unamdhihaki Mungu na unakwenda kinyume cha kanuni ya kiroho.

Baadhi ya watu wanaweza kusema, "Nataka kupanda, lakini siwezi kwa sababu mimi ni maskini sana." Hata hivyo, katika Biblia unaweza kuwaona watu wengi waliokuwa maskini sana lakini walijitahidi kupanda kadri walivyoweza na walibarikiwa sana.

Katika 1 Wafalme 17, tunaona kuwa ilikuwapo miaka mitatu na nusu ya njaa katika nchi. Wakati njaa ilikuwapo bado, mjane wa Serepta ya Sidoni alimtengenezea Eliya mkate mdogo kwa unga na mafuta kidogo aliyokuwa nayo. Mungu alifurahishwa naye kwa kumhudumia mtumishi wake na kumbariki sana: unga na mafuta havikumwishia mpaka siku ambapo Mungu alileta mvua katika nchi. (1 Wafalme 17:14).

Kwenye tukio moja wakati wa Yesu, mjane maskini aliweka kwenye hazina ya Hekalu sarafu mbili ndogo, zenye thamani ndogo sana. Bila kujali thamani ndogo ya sarafu zile, Yesu alimsifu akisema kuwa, yule mjane maskini aliweka zaidi ya wengine wote. Hii ni kwa sababu alitoa katika umaskini wake na kuweka kila alichokuwa nacho, wakati wengine walitoa sehemu tu ya mali walizokuwa nazo (Marko 12:42-44).

Jambo la muhimu ni namna unavyoiweka akili yako kwa kumpa Mungu kila kitu. Mungu haangalii wingi wa sadaka lakini anavuta harufu nzuri ya upendo na imani inayoambatana na sadaka na anakubariki kwa wingi sana.

3. Kuchapwa Viboko na Kumwaga Damu Yake

Kabla ya kusulubiwa, askari wa Kirumi walimdhihaki na kumdharau Yesu kwa kumzaba makofi usoni, kumtemea mate na kadhalika. Pia walimpiga kwa mijeledi, fimbo ndefu ya ngozi yenye vyembe zinazoning'inia huko mwisho.

Siku hizo, Askari wa Kirumi walikuwa wakakamavu, waliofundishwa vyema na lilikuwa jeshi imara zaidi ulimwenguni. Ni maumivu ya namna gani aliyoyapata Yesu walipomvua nguo na kumpiga mijeledi? Walipomcharaza mijeledi, mwili wake ulichanika chanika, mifupa yake ilionekana na damu yake ilimwagika.

Ili kutimiliza unabii wa nabii Isaya unaosema, "Niliwatolea wapigao mgongo wangu, na wang'oao ndevu mashavu yangu; sikuficha uso wangu usipate fedheha na kutemewa mate" (Isaya 50:6), Yesu hakujaribu kukwepa kuchapwa viboko.

Kuponya Magonjwa na Udhaifu

Sasa, kwa nini Yesu alipigwa kwa mijeledi na kwa nini alimwaga damu Yake? Kwa nini Mungu aliruhusu jambo hili kumpata Mwanawe? Isaya 53 inafafanua madhumuni ya mateso na maumivu ya Yesu.

Bali alijeruhiwa kwa makosa yetu, alichubuliwa kwa maovu yetu; Adhabu ya amani yetu ilikuwa juu yake, na kwa kupigwa kwake sisi tumepona. Sisi sote kama kondoo tumepotea; Kila mmoja wetu amegeukia njia yake mwenyewe; Na BWANA ameweka juu yake maovu yetu sisi sote. (Isaya 53:5-6).

Yesu alichomwa mkuki na kupigwa kwa ajili ya dhambi zako na uovu wako. Aliadhibiwa, akapigwa mijeledi na kutokwa na damu ili akupe amani na kukuweka huru kutokana na magonjwa yote.

Katika Mathayo 9, Yesu alipomponya mgonjwa aliyepooza aliyekuwa amelala kwenye mkeka, kwanza alitatua tatizo lake la dhambi kwa kusema, "Dhambi zako zimesamehewa" (mstari wa 2). Ondipo Yesu alimwambia "Simama, chukua godoro lako na uende nyumbani" (mstari wa 6).

Katika Yohana 5, baada ya Yesu kumponya mtu aliyekuwa mgonjwa kwa miaka thelathini na nane, Alimwambia, "Angalia, umekuwa mzima; usitende dhambi tena, lisije likakupata jambo lililo baya zaidi." (Yohana:14).

Biblia inakwambia kuwa uliugua magonjwa kwa sababu ya dhambi. Hivyo unamhitaji yule atakayekutatulia tatizo la dhambi, ili uwe huru kutokana na magonjwa. Hata hivyo, bila kumwagika kwa damu hakuna msamaha (Walawi 17:11).

Ndiyo sababu, Nyakati za agano la Kale, mtu alipotenda dhambi, kuhani alichinja mnyama kama dhabihu ya upatanisho. Hata hivyo hauhitaji kuchinja mnyama kama sadaka baada ya Yesu kuja katika mwili katika ulimwengu huu na kumwaga damu yake, isiyo na mawaa na yenye nguvu. Damu takatifu ya Yesu ilitakasa dhambi zote za wanadamu wa nyakati zilizopita, nyakati zilizopo na zijazo.

Kuchukua Udhaifu na Magonjwa Yetu

Mathayo 8:17 inasema, "ili litimie lile neno lililonenwa na nabii Isaya, akisema, 'Mwenyewe aliutwaa udhaifu wetu, na kuyachukua magonjwa yetu.'" Hivyo, ikiwa unajua ni kwa nini Yesu aliteswa na kumwaga damu Yake, na unaiamini, huhitaji kuteseka na udhaifu na magonjwa.1 Petro 2:24 inasema, "Yeye mwenyewe alizichukua dhambi zetu katika mwili wake juu ya mti, tukiwa wafu kwa mambo ya dhambi, tuwe hai kwa mambo ya haki; na kwa kupigwa kwake mliponywa." Sentensi ya wakati uliopo uliopita (yaani present perfect) imetumika katika mstari hii kwa sababu Yesu amekwisha kuwakomboa wanadamu wote kutokana na dhambi.

Bila kujali kuwa Yesu amefukuza udhaifu na magonjwa yetu

kwa kupigwa na kumwaga damu yake, kwa nini baadhi yetu bado wanateswa na magonjwa?

Katika Kutoka 15:26 Mungu anasema, "Ikiwa utaisikiza kwa bidii sauti ya BWANA, Mungu wako, na kuyafanya yaliyoelekea mbele zake, na kutega masikio usikie maagizo yake, na kuzishika amri zake, mimi sitatia juu yako maradhi yoyote niliyowatia Wamisri; kwa kuwa Mimi ndimi BWANA nikuponyaye. ." Hii inamaanisha kuwa ikiwa utafanya mambo yaliyo sahihi mbele za Mungu, hakuna magonjwa yatakayo kutesa, kwa sababu Mungu kwa kutumia macho yake yanayowaka kama moto anakulinda dhidi ya magonjwa. Hebu tuchukue mfano. Mtoto anaporudi nyumbani akiwa analia baada ya kupigwa na mtoto wa jirani, tabia na mwitikio wa wazazi kuhusiana na tukio hili unaweza kuwa tofauti kutegemeana na imani yao.

Mmoja anaweza kumfundisha mtoto wake hivi: "Kwa nini unapigwa kila wakati? Ukipigwa mara moja, ni vizuri na wewe ukampiga mara mbili au tatu." Mzazi mwingine anaweza kuwatembelea wazazi wa mtoto aliyempiga mtoto wake na kuzungumza nao. Wazazi wengine wanaweza kuamua kutochukua hatua yoyote, lakini bado moyoni atakuwa amejaa hasira na uchungu.

Hata hivyo, Mungu anakwambia kuushinda uovu kwa wema, mpende hata adui yako na tafuta kuwa na amani na mtu ye yote, "Lakini mimi nawaambia, Msishindane na mtu Ibilisi; lakini mtu akupigaye shavu la kulia, mgeuzie na la pili" (Mathayo 5:39).

Kwa hiyo, ukifanya yaliyo sahihi mbele Zake, haitakuwa vigumu kwako kutii amri na maagizo ya Mungu. Unapoendelea kuomba na kutenda yaliyo mema, neema na nguvu ya Mungu itakujia na utaweza kufanya kitu chochote kwa urahisi kwa msaada wa Roho Mtakatifu. Ukiacha dhambi na ukatenda yaliyo sahihi mbele za Mungu, magonjwa hayawezi kukujia. Mungu Mponyaji anakusamehe dhambi na kukuponya kabisa unapojaribu kutafuta kosa lako mbele za Mungu na kutubu kwa moyo wako wote.

Hata kama unakiri kwa midomo yako kuwa Mungu ni mweza wa yote, ikiwa unaupendelea ulimwengu au unakwenda hospitali unapopata tatizo au ugonjwa, Mungu hafurahishwi nawe kwa sababu hii inathibitisha kuwa haumwamini Mungu Mwenyezi kwa dhati. (2 Nyakati 16).

4. Kuvaa Taji ya Miiba

Kwa kawaida taji na vazi la kifalme huwa ni kwa ajili ya mfalme. Ijapokuwa Yesu alikuwa Mwana pekee wa Mungu, Mfalme wa wafalme na Bwana wa mabwana. Alivalishwa taji yenye miiba mirefu na migumu badala ya taji zuri iliyotengenezwa kwa dhahabu, fedha au vito vya thamani.

Ndipo askari wa mtawala wakamchukua Yesu ndani ya Praitorio, wakamkusanyikia kikosi kizima. Wakamvua nguo, wakamvika vazi jekundu. Wakasokota taji la miiba, wakaliweka juu ya kichwa chake, na mwanzi katika mkono wake wa kulia; wakapiga magoti mbele yake, wakamdhihaki, wakisema, "Salamu, Mfalme wa Wayahudi!" Kisha wakamtemea mate, wakautwaa ule mwanzi, wakampigapiga kichwani (Mathayo 27:27-30).

Askari wa Kirumi walisokota miiba na kutengeneza taji ndogo kwa ajili ya Yesu na kuiweka kwa nguvu kichwani mwa Yesu. Hivyo miiba ilichoma kichwa Chake na paji Lake la uso, na damu ikamwagikia uso wake. Kwa nini Mungu Mwenyezi aliruhusu mwanawe wa pekee kuvaa taji ya miiba, kuteseka kwa uchungu na kumwaga damu Yake?

Kwanza, Yesu alivaa taji ya miiba ili kutuokoa kutokana na bhambi tunazotenda katika mawazo yetu:

Mtu, aliyeumbwa na Mungu alipowasiliana na Mungu na kulitii Neno lake, hakutenda dhambi kwa sababu daima aliwaza kufuatana na mapenzi ya Mungu na alimtii Yeye. Hata hivyo, alipshawishiwa na nyoka na kupata wazo lililotolewa na Shetani, alitenda dhambi. Kabla ya hapo hakuwahi kuwaza kula tunda la mti wa ujuzi wa mema na mabaya. Baada ya kushawishiwa, hata hivyo, alilila kwa sababu lilionekana kuwa zuri kwa chakula na linapendeza kwa macho na linafaa ili kupata hekima.

Vivyo hivyo, Shetani aliyemfanya mtu wa kwanza Adamu na

Hawa kutomtii Mungu, anatenda kazi ili akufanye utende dhambi katika mawazo. Kwenye ubongo wa mwanadamu, kuna seli zinazohusika na kumbukumbu. Tangu kuzaliwa, yale uliyoona, kuyasikia na kujifunza yaliwekwa katika seli za kumbukumbu kwa hisia zako mwenyewe kwa matukio fulani, binafsi au taarifa. Hii tunaiita "ujuzi." Tunachoita "wazo" ni mchakato wa uzalishaji wa ujuzi huu uliotunzwa kupitia nafsi yako.

Watu wamekua katika mazingira tofauti. Waliyoyaona, kuyasikia na kujifunza yanatofautiana kwa kila mmoja wao na yale yaliyowekwa katika akili zao ni tofauti pia. Hata ikiwa yale waliyoyaona, kusikia na kujifunza yanafanana, kila mmoja wao ana hisia tofauti kila wakati na hivyo, hatuwezi kuepuka dhana kwamba watu wana maadili tofauti.

Neno la Mungu mara kwa mara haliendi kufuatana na maarifa na nadharia zetu. Kwa mfano, unaweza kufikiri kuwa ikiwa unataka kutukuzwa, ni lazima ujitahidi kuwafanya wengine wakupende. Lakini Mungu anafundisha kuwa mtu yeyote anayejinyenyekeza atakwezwa.(Mathayo 23:12).

Watu wengi wanafikiri kuwa kumchukia adui yako ni jambo la sahihi, lakini Mungu anakwambia "Mpende adui yako" na "Ikiwa adui yako ana njaa, mpe chakula; ikiwa ana kiu, mpe maji anywe."

Mawazo ya Mungu ni ya rohoni na mawazo ya wanadamu ni ya mwilini. Shetani hukupa mawazo ya kimwili ili akujaribu wewe kumkwepa Mungu, anakufanya usiweze kupata imani ya kweli na anakuongoza katika kufuata njia za ulimwengu, mwishowe unatenda dhambi na kuangamia milele.

Katika Mathayo 16:21 na mistari inayofuata, Yesu aliwafafanulia wanafunzi wake kuwa atateseka sana, na kwamba itampasa kuuawa msalabani na kufufuliwa siku ya tatu. Baada ya kusikia hili, Petro alimchukua Yesu pembeni na akaanza kumkemea, akisema, "La hasha! Bwana, hayo hayatakupata" (mstari. 22). Hata hivyo Yesu alimgeukia Petro na kwa hasira akamwambia., "Nenda nyuma yangu, Shetani; u kikwazo kwangu; maana huyawazi yaliyo ya Mungu, bali ya wanadamu" (mstari wa 23). Yesu aliposema kwa hasira kuwa "Nenda nyuma yangu, Shetani" Hakumaanisha kuwa Petro ni Shetani, lakini alimaanisha kuwa Shetani ndiye aliyefanya kazi katika mawazo ya Petro ili kuzuia kazi ya Mungu.

Hiyo ni kwa sababu Yesu alikuwa abeba msalaba wa wokovu wa wanadamu kwa kufuata matakwa ya Mungu, lakini Petro alijaribu kumzuia Yesu asifanye mapenzi ya Mungu kwa kutumia mawazo yake ya kimwili.

Katika 2 Wakoritho 10:3-6 mtume Paulo anasema:

Maana ingawa tunaenenda katika mwili, hatufanyi vita kwa jinsi ya mwili; (maana silaha za vita vyetu si za mwili, bali zina uwezo katika Mungu hata kuangusha ngome;) tukiangusha mawazo na kila kitu kilichoinuka, kijiinuacho juu ya elimu ya Mungu; na tukiteka nyara kila fikira ipate kumtii Kristo; tena tukiwa tayari kupatiliza maasi yote, kutii kwenu kutakapotimia.

Unapaswa kuacha fikra na mtazamo wako wewe mwenyewe, ambao mara nyingi unafanya kazi kinyume cha ufalme wa Mungu. Teka fikra zote na uzitiishe kwa Kristo ili uishi kufuatana na kweli, ndipo utakuwa mtu wa kiroho na wa imani.

Unapaswa kuachana na fikra kuwa ni lazima kumrudishia mtu mara mbili ili usidharauliwe pale anapokupiga kwa sababu mawazo haya ni kinyume na kweli.

Kwa hiyo, unapaswa kuachana na dhambi zinazotokana na mawazo yako. Ili kuacha tatizo hili la dhambi, kwanza kabisa unapaswa kutupa tamaa za mwili, macho na kiburi cha uzima. Haya ni mawazo yasiyo ya kweli yanayomfurahisha Shetani.

Tamaa za mwili, haya ni mawazo yanayotoka katika mawazo ya Shetani, ni tamaa iliyo kinyume na mapenzi ya Mungu. Wagalatia 5:19-21 inaorodha ya tamaa hizo kuwa ni:

Basi matendo ya mwili ni dhahiri, ndiyo haya, uasherati, uchafu, ufisadi, ibada ya sanamu, uchawi, uadui, ugomvi, wivu, hasira, fitina, mafarakano, uzushi, husuda, ulevi, ulafi, na mambo yanayofanana na hayo, katika hayo nawaambia mapema, kama nilivyokwisha kuwaambia, ya kwamba watu watendao mambo ya jinsi hiyo hawatarithi ufalme wa Mungu.

Hamu ya kufanya mambo ambayo Mungu amekuamuru kuacha ni tamaa za mwili.

Tamaa ya macho inamaanisha kuwa mtu anashawishika kwa sana na kila anachoona au kusikia na anaanza kuwa na hamu katika akili yake. Mtu anapoupenda ulimwengu, akitafuta tamaa inayotokana na kuona, tamaa peke yake ndiyo huonekana kuwa kitu pekee cha thamani na hawezi kuridhishwa na kitu chochote kingine.

Akili ya kujisifu hutokea ndani ya mtu pale mtu anapopata anasa za ulimwengu pale anapojitahidi kuiridhisha asili ya dhambi ya mtu na tamaa ya macho yake. Hiki kinaitwa kiburi cha uzima.

Ili kutukomboa kutoka katika kila aina ya ubaya, kutofuata amri za Mungu na uovu, ilimlazimu Yesu kuvaa taji ya miiba na kumwaga damu yake. Kwa kuwa damu isiyo na mawaa wala uchafu ndiyo inayoweza kutukomboa kutoka katika dhambi, Yesu alitukomboa kutoka katika dhambi zote tunazozitenda katika mawazo yetu kwa kuvaa taji ya miiba juu ya kichwa chake na kumwaga damu yake.

Pili, Yesu alivaa taji ya miiba ili kuwawezesha wanadamu kuvaa taji zilizo bora huko mbinguni.

Sababu nyingine iliyofanya Yesu avae taji ya miiba ni kukuwezesha wewe kupata taji bora. Kwa kuwa alikukomboa kutoka katika umaskini na kukupa utajiri kwa Yeye kuishi maisha ya kimaskini, alivaa taji la miiba ili wanadamu wapate taji bora atakapofika mbinguni.

Kuna taji nyingi sana zilizoandaliwa kwa ajili ya watoto wa

Mungu huko mbinguni. Kama ambavyo kuna zawadi kama medali za dhahabu, medali za fedha au shaba kama zinazotolewa kwa washindi wakati wa mashindano ya kukimbia, vivyo hivyo kuna taji za kila aina huko mbinguni.

Kuna taji isiyoharibika kama inavyoelezwa katika 1 Wakoritho 9:25: "Na kila ashindanaye katika michezo hujizuia katika yote; basi hao hufanya hivyo ili wapokee taji iharibikayo; bali sisi tupokee taji lisiloharibika." Taji isiyoharibika imeandaliwa kwa ajili ya wototo wa Mungu wanaojitahidi kuzitupilia mbali dhambi zao. Taji ya Utukufu ni kwa wale wanaoacha kutenda dhambi na wanaishi kwa kulifuata Neno la Mungu na kumtukuza Yeye (1 Petro 5:4). Taji ya Uzima imeandaliwa kwa ajili ya wale wanaompenda Mungu sana, ni waaminifu kwake hata kufa, na ni watakatifu kwa kuacha kila aina ya uovu (Yakobo 1:12; Ufunuo 2:10).

Taji ya Haki hutolewa kwa wale ambao kama mtume Paulo, wanakuwa watakatifu kwa kuacha dhambi zao na zaidi ya hayo wanatimiza huduma zao kwa ukamilifu kufuatana na mapenzi ya Mungu (2 Timotheo 4:8).

Pia imeelezwa katika Ufunuo 4:4 kuwa "Na viti ishirini na vinne vilikizunguka kile kiti cha enzi, na juu ya vile viti niliona wazee ishirini na wanne, wameketi, wameikwa mavazi meupe; na juu ya vichwa vyao walikuwa na taji la dhahabu." Taji ya dhahabu imeandaliwa kwa ajili ya watu watakaofikia kiwango cha kuwa mzee na ambao watamsaidia Mungu katika Yerusalemu Mpya.

Neno, "wazee" halimaanishi watu wanaopewa vyeo hivyo katika makanisa ya ulimwengu huu, lakini linaelezea watu wanaotambuliwa na Mungu kama wazee kwa sababu ni watakatifu na waaminifu katika nyumba yote ya Mungu, na wana imani ya dhahabu isiyobadilika.

Mungu huwapa watoto wake aina tofauti za taji kutegemeana na kiwango ambacho wameacha dhambi na kutimiza huduma ya Mungu. Watoto wa Mungu watakuwa wakuu mbinguni ikiwa hawataifurahia dhambi na asili yake na wakaishi kwa kulifuata Neno la Mungu (Warumi 13:13-14), ikiwa wataishi kwa kumtii Roho Mtakatifu (Wagalati 5:16), na ikiwa watatenda na kutimiza huduma na majukumu yao kwa uaminifu!

Vivyo hivyo, Yesu alikukomboa kutoka katika dhambi zote ulizotenda kupitia mawazo yako kwa kuvaa taji ya miiba na kumwaga damu. Unapaswa kumshukuru kwa sababu anaandaa taji mbinguni ili akupe kutegemeana na kiasi cha imani na namna ulivyomaliza huduma yako hapa dunian!

Hivyo ni lazima utambue kuwa ni jambo lenye utukufu kupokea taji hizi. Na pia unapaswa kuwa na moyo wa Bwana wako kwa kuacha kila aina ya uovu, tumika vyema katika huduma yako na uwe mwaminifu katika nyumba ya Mungu. Ni matumaini yangu kuwa utapokea taji bora mbinguni.

5. Mavazi na Kanzu ya Yesu

Yesu, aliyevaa taji ya miiba na kuvuja damu katika mwili wake wote kutokana na kupigwa viboko sana, alikwenda Golgotha, mahali pa kusulubiwa. Askari wa Kirumi walipomsulubisha Yesu, walichukua nguo zake, wakazigawanya katika makundi manne, moja kwa kila mmoja wao. Hawakugawanya kanzu ya Yesu lakini waliipigia kura ya kamari.

Nao askari walipomsulubisha Yesu, waliyatwaa mavazi yake, wakafanya mafungu manne, kwa kila askari fungu lake; na kanzu nayo. Basi kanzu ile haikushonwa, ilikuwa imefumwa yote pia tangu juu. Basi wakaambiana, Tusiipasue, lakini tuipigie kura, iwe ya nani. Ili litimie andiko lile linenalo, Waligawanya nguo zangu, Na vazi langu wakalipigia kura. Basi ndivyo walivyofanya wale askari. (Yohana 19:23-24).

Kwa nini Neno la Mungu linaeleza kuhusu nguo za Yesu na kanzu yake? Historia ya Israeli tangu mwaka wa 70 B.K. imejikita zaidi katika maswala ya kiroho juu ya tukio hili.

Kuvuliwa Nguo na Kusulubishwa

Kwa mujibu wa Mathayo 27:22-26, kutokana na ombi la Waisraeli ambao hawakumtambua Yesu kama Masihi, Yesu alihukumiwa kufa na Pontio Pilato kwa kusulubiwa baada ya kukataliwa na kudharauliwa kwa namna nyingi.

Baada ya kuvaa taji ya miiba na kudhihakiwa na kukataliwa, aliuchukua msalaba kwenda Golgotha na akasulubiwa huko. Pilato aliwaamuru askari waliandike kwenye kibao tanngazo la hukumu iliyosababisha akasulubiwa. Waliandika juu ya kichwa chake hivi "HUYU NI YESU MFALME WA WAYAHUDI" (Mathayo 27:37).

Tangazo hilo liliandikwa kwa Kiebrania, Kilatini na Kiyunani. Kiebrania ilikuwa lugha ya asili ya Wayahudi, watu waliochaguliwa na Mungu. Kilatini ilikuwa lugha kuu (lugha maalum ya mawasiliano) ya Utawala wa Rumi, taifa lililokuwa na nguvu sana nyakati zile, na Kiyunani ilikuwa lugha iliyoshikilia utamaduni wa ulimwengu nyakati hizo. Hivyo tangazo lililoandikwa katika lugha hizi tatu inaonyesha wazi kuwa ulimwengu wote ulimtambua Yesu hakika kuwa ni mfalme wa Wayahudi na kama Mfalme wa Wafalme.

Baada ya Wayahudi kusoma tangazo, katika Yohana 19:21-22, Wayahudi wengi walimlalamikia Pilato asiandike, "Mfalme wa Wayahudi" lakini badala yake iandikwe, "Alisema, 'Mimi ni Mfalme wa Wayahudi.'" Hata hivyo Pilato aliwajibu, "Nilichoandika, Nimeandika," na hakubadilisha. Hii inamaanisha kuwa hata Pilato alimtambua Yesu kama mfalme wa Wayahudi.

Kama Pilato alivyomtambua Yesu kuwa ni mfalme wa Wayahudi, hakika Yesu ni Mwana pekee wa Mungu, Mfalme wa wafalme na Bwana wa mabawana. Hata hivyo, Yesu alivuliwa nguo na kanzu yake mbele ya watu wengi na akasulubiwa msalabani. Kwa njia hiyo, alivumilia aibu kubwa sana.

Tunaishi katika dunia hii yenye uovu, tunasahau wajibu wote wa mwanadamu. Na ili atukomboe kutoka kila aina ya aibu, mambo machafu, uovu, kutiii amri za Mungu na maadili, Yesu Kristo, Mfalme wa wafalme alifanyiwa kitendo cha aibu kwa kuvuliwa nguo na kanzu yake mbele ya watu wengi waliokuwa wakimwangalia. Unaweza kushukuru juu ya jambo hili, ikiwa unaelewa maana ya kiroho kuhusu jambo hili.

Kugawa Mavazi ya Yesu Katika Makundi Manne

Askari wa Kirumi walimvua nguo Yesu, wakamwacha wazi kisha wakamsulubisha. Walichukua nguo zake na kuzigawa katika mafungu manne lakini wakaipigia kura kanzu yake.

Ukweli ni kuwa mavazi yake hayakuwa mazuri au ya gharama. Sasa ni kwa nini askari waliyagawa katika makundi manne?

Je, walijua mapema kwamba Yesu ataheshimiwa kama Masihi na hivyo walitaka wapate angalau kipande cha nguo ili kuwapa wazaliwa wao kama hazina ya thamani ya familia zao? Hapana haikuwa hivyo.

Zaburi 22:18 ilitabiri hivi, "Wanagawanya nguo zangu, Na vazi langu wanalipigia kura." Mungu aliwaruhusu askari wa Kirumi kuchukua mavazi yake ili kutimiza mstari huu (Yohana 19:24).

Sasa, nguo za Yeu zina umuhimu gani wa kiroho? Kwa nini walizigawa nguo zake katika makundi manne, moja kwa kila mmoja wao? Kwa nini hawakuigawa kanzu yake? Kwa nini aliruhusu jambo hili kuandikwa kabla? Kwa kuwa Yesu ni mfalme wa Wayahudi, nguo za Yesu zinawakilisha taifa la Israeli au Wayahudi. Askari wa Kirumi walivyozigawanya nguo zake katika makudi manne, nguo zilipoteza mwonekano wake. Hii ilionyesha kuwa Israeli kama taifa lingeangamizwa. Inaonyesha pia kuwa jina Israeli litabaki kama mafungu ya nguo. Zaidi ya hayo maneno yaliyoandikwa kuhusu nguo zake yalitabiri kuwa Wayahudi watatawanywa katika pembe zote kama matokeo ya kuangamizwa kwa taifa lao. Historia ya Israeli inashuhudia wazi kuwa unabii huu ulitimizwa. Katika kipindi cha miaka 40 baada ya kifo cha Yesu msalabani, jemadari wa kirumi aliyeitwa Tito aliuteketeza mji wa Yerusalemu. Hekalu la Mungu liliteketezwa kabisa na hakuna jiwe lililoachwa juu ya jiwe jingine. Kwa kuwa taifa la Israeli lilipotea kabisa (lilikoma kuwepo), Wayahudi walitawanyika kila mahali, waliteswa na hata kuuawa. Hii ndiyo sababu Wayahudi wanaishi kila mahali ulimwenguni hata hivi leo.

Mathayo 27:23 inaonyesha tukio ambapo Pilato analieleza kundi la watu wenye hasira kuwa Yesu hana makosa, lakini walipaza sauti wakitaka Yesu asulubiwe. Katika tukio hilo, Pilato alichukua maji na kunawa mikono yake kuonyesha kuwa hakuwajibika juu ya kifo cha Yesu asiye na hatia, na akasema,

Sina hatia katika damu ya mtu huyu mwenye haki; yaangalieni haya ninyi wenyewe." (mstari wa 24) Ndipo kundi lilipopaza sauti na kujibu "Damu yake na iwe juu yetu, na juu ya watoto wetu!" (mstari wa . 25)

Jambo la kuzingatia ni kuwa Waisraeli wengi na watoto wao walimwaga damu zao, ilionekana kama vile walikuwa wanatimiza utashi wa Pontio Pilato. Katika kipindi cha miongo minne baada ya Yesu kufa, kufufuka na kupaa, Wayahudi kama milioni 1.1 waliuawa. Zaidi ya hayo wakati wa vita ya pili vya dunia, Manazi wa Kijerumani waliwaua Wayahudi wapatao milioni sita. Filamu inayoitwa "The Schindler's List" inaonyesha matukio ya kusikitisha ambayo Wayahudi bila kujali jinsia zao kama ni wanaume au wanawake, wazee au vijana au watoto waliuawa wakiwa uchi. Hata wahalifu, huruhusiwa kuvaa nguo wanaponyongwa, lakini Wayahudi waliuvuliwa nguo wakaachwa uchi walipokuwa wakiuawa.

Wayahudi hawakumtambua na kumkubali Yesu kama Masihi na walimvua nguo na kumsulubisha. Walipopaza sauti kwa kusema, "Damu yake iwe juu yetu na juu ya watoto wetu," mateso ya kutisha yamekuwa yakiwaandama kwa miaka mingi.

Kanzu ya Yesu ilishonwa ikiwa moja (kama kipande kimoja) tangu Juu

Kuhusu kanzu ya Yesu Yohana 19:23 inaielezea kwa kusema:

"Basi kanzu ile haikushonwa, ilikuwa imefumwa yote pia tangu juu." Inaposema, "haikushonwa" inamaanisha kuwa kanzu ya Yesu haikushonwa kwa kuunganishwa unganishwa vipande vya nguo. Watu wengi huwa hawajali kutaka kujua namna ambavyo nguo zao zimetengenezwa au zilivyoshonwa kuanzia juu mpaka chini au kuanzia chini mpaka juu. Sasa ni kwa nini Biblia inaielezea kanzu ya Yesu kwa undani? Biblia inatwambia kuwa baba wa wanadamu wote ni Adamu, baba wa imani ni Ibrahimu na baba wa Israeli ni Yakobo. Mungu anatufundisha kuwa baba wa Israeli si Ibrahimu bali Yakobo kwa sababu makabila kumi na mawili ya Israeli yalitokana na wana kumi na wawili wa Yakobo. Ijapokuwa baba wa imani ni Ibrahimu, mwanzilishi wa taifa la Israeli ni Yakobo.

Katika kitabu cha Mwanzo 35:10-11 Mungu alimbariki Yakobo kwa namna hii:

" Jina lako ni Yakobo; hutaitwa tena Yakobo, lakini Israeli litakuwa jina lako. Akamwita jina lake, Israeli. Mungu akamwambia, Mimi ni Mungu Mwenyezi, uzidi ukaongezeke. Taifa na kundi la mataifa watatoka kwako, na wafalme watatoka katika uzao wako."

Kutokana na Neno la Mungu kama linavyoelezwa katika mistari hiyo, wana kumi na wawili wa Yakobo waliunda mhimili wa israeli na Israeli ilikuwa nchi moja iliyoungana mpaka ilipogawanywa nyakati za Mfalme Rehoboamu na kuwa Israeli upande wa Kaskazini na Yuda upande wa Kusini.

Baadaye, Israeli upande wa Kaskazini ilichangamana na Mataifa lakini Yuda hakuchangamana. Siku za leo watu wa Yuda wanaitwa Wayahudi. Ukweli kwamba kanzu ya Yesu haikuunganishwa vipande vya nguo na nyuzi, ilishonwa kuanzia juu mpaka chini inamaanisha kuwa taifa la Israeli lilitunza umoja na utambulisho wake kama wazaliwa wa Yakobo mpaka hivi leo.

Kupigia kura kanzu ya Yesu bila kuichana au kuigawa vipande

Hapa kanzu inaashiria mioyo ya watu. Kwa kuwa Yesu ni mfalme wa Israeli. Kazu yake inamaanisha mioyo ya Wayahudi. Waisraeli, kama watu waliochaguliwa na Mungu kupitia Ibrahimu, baba wa imani, wamekuwa wakimwabudu Mungu wa kweli zaidi ya kitu chochote. Ukweli kuwa hawakuichana kanzu unaonyesha kuwa roho ya Wayahudi wanaomwabudu Mungu imetunzwa vyema bila ya kugawanywa vipande vipande ijapokuwa taifa au serikali ya Israeli wakati fulani ilisambaratishwa.

Kwanza, Biblia ilitabiri kuwa Mataifa hawataweza kuiua roho ya Waisraeli iliyo ndani kabisa ya mioyo yao. Kwa maneno mengine, mioyo yao mbele za Mungu imekuwa imara, hata pale taifa la Israeli lilipoteketezwa na Mataifa. Kwa kuwa wana moyo imara usiobadilika namna hiyo, Mungu aliwachagua Waisraeli kuwa watu Wake mwenyewe na amewatumia kuanzisha Ufalme wake na haki.

Hata leo, Waisraeli hujitahidi kutii torati bila kubadili mioyo yao. Hii ni kwa sababu wao ni wazao wa Yakobo ambaye yeye mwenyewe ana moyo usiobadilika. Waisraeli waliistaajabisha dunia kwa kuwa taifa huru Mei 14, 1948, muda mrefu baada ya kuwa wamepoteza taifa lao. Baada ya hapo wameendelea kwa kasi kama moja wapo wa taifa lenye ushawishi sana na maendeleo ya juu, na wameudhihirisha tena ubora na moyo wa taifa lao. Kama ambavyo askari wa Kirumi hawakuweza kuzichana nguo za Yesu ambazo hazikushonwa kwa kuunganishwa unganishwa vitambaa, zilizoshonwa kwa nyuzi moja toka juu mpaka chini, Mataifa hawawezi kuuangamiza moyo wa Waisraeli wanaomwabudu Mungu. Zaidi ya hayo Waisraeli kama wazaliwa wa Yakobo walianzisha taifa huru na kutimiliza mapenzi ya Mungu kama watu Wake aliowachagua.

Israeli katika nyakati za mwisho kama ilivyotabiriwa katika Biblia

Kama vile Mungu alivyosema mapema kuhusu historia ya Israeli kupitia nguo za Yesu, alitueleza pia kwa kifupi kuhusu siku za mwisho za ulimwengu.

Ezekieli 38:8-9 inasema:

"Na baada ya siku nyingi utakusanywa; katika miaka ya mwisho, utaingia nchi iliyorudishiwa hali yake ya kwanza, baada ya kupigwa kwa upanga, iliyokusanywa toka kabila nyingi za watu, juu ya milima ya Israeli, iliyokuwa ukiwa wa daima; lakini imetolewa katika makabila ya watu, nao watakaa salama salimini wote pia. Nawe utapaa juu, utakuja kama tufani, utakuwa kama wingu kuifunika nchi, wewe, na vikosi vyako vyote, na kabila nyingi za watu pamoja nawe."

"Baada ya siku nyingi" katika mistari hii inamaanisha kipindi tangu kuzaliwa kwa Yesu na kuja Kwake Mara ya pPili, na "katika miaka ya mwisho" inamaanisha miaka ya mwisho karibu na Kuja kwa Yesu Mara ya Pili. "Milima ya Israeli" ni Yerusalemu, iliyojengwa katika vilima vyenye urefu wa mita 760 juu ya usawa wa bahari. Kwahiyo, neno linalosema baada ya miaka mingi au miaka ijayo watu wengi watakusanyika kutoka katika nchi nyingi linatabiri kuwa Waisraeli watarudi katika ardhi yao kutoka ulimwenguni kote wakati kurudi kwa Yesu kutakapokaribia.

Utabiri huu ulitimilika wakati taifa la Israeli lilipoharibiwa na Utawala wa Rumi mwaka wa 70 BK; na kupata uhuru wao mwaka 1948. Israeli imekuwa nchi ya ukiwa mpaka ilipokuwa huru, lakini imekua na kuwa mojawapo ya nchi zilizoendelea duniani.

Agano jipya pia lilitabiri uhuru wa Israeli. Katika Mathayo 24:32-34 Yesu anatwambia kuwa:

Basi kwa mtini jifunzeni mfano; tawi lake likiisha kuchipuka na kuchanua majani, mnatambua ya kuwa wakati wa mavuno uko karibu; nanyi kadhalika, myaonapo mambo hayo yote, tambueni ya kuwa yuko karibu, katika malango. Amin, nawaambia, Kizazi hiki hakitapita, hata hayo yote yatakapotimia. Mbingu na nchi zitapita; lakini maneno yangu hayatapita kamwe.

Hili lilikuwa jibu la Yesu kwa wanafunzi wake waliomwuliza ishara za kuja kwake mara ya pili na mwisho wa nyakati.

Katika mistari hii, mtini unawakilisha taifa la Israeli. Majani ya mti yanapoanguka na upepo wenye baridi unapovuma, mnajua kuwa majira ya baridi yanakaribia. Vivyo hivyo matawi ya mtini yanapoanza kuotesha majani mnajua kuwa majira ya joto yamekaribia. Kwa kutumia mfano huu, Yesu anafafanua kuwa Israeli itakapojengwa upya baada ya muda mrefu wa uharibifu, huu ni wakati ambao watu wa Israeli watakapopata uhuru wao, kuja kwa Yesu Mara ya Pili kutakuwa karibu sana.

Hujui ni muda mrefu kiasi gani "kizazi hiki" alichokisema Yesu katika mstari huu, lakini unajua kuwa aliyosema lazima yatatimia. Tayari umeshuhudia uhuru wa Israeli, hivyo ni rahisi sana kutambua kuwa Kuja kwa Yesu Mara ya Pili kumekaribia sana.

Ishara za Nyakati za Mwisho

Katika Mathayo 24, Wanafunzi wake walipouliza kuhusu

ishara za siku za mwisho. Yesu alifafanua kwa undani. Lakini hakutaja siku na saa, alisema, "Lakini kuhusu siku ile na saa ile hakuna aijuaye, hata malaika walio mbinguni, wala Mwana, ila Baba peke yake" (Mathayo 24:36).

Hii inamanaisha kuwa Yeye kama Mwana wa Adamu aliyekuja katika mwili wa kibinadamu katika ulimwengu huu hakuwa anajua siku wala saa. Hii haimaanishi kuwa, Yesu kama nafsi katika Utatu hakujua siku wala saa baada ya Kusulubiwa Kwake, kufufuka na kupaa mbinguni.

Kuzungumza juu ya ishara za siku za mwisho, Yesu alituonya kwa kusema, "Na kwa sababu ya kuongezeka maasi, upendo wa wengi utapunguka. Lakini mwenye kuvumilia hata mwisho, ndiye atakayeokoka" (Mathayo 24:12-13).

Siku za leo, unaweza kuona namna ambavyo maasi yanaongezeka na upendo unavyopoa. Ni nadra sana kupata watu wanaompenda Mungu. Katika Mathayo 24:14 Yesu alisema, "Tena Habari Njema ya ufalme itahubiriwa katika ulimwengu wote, kuwa ushuhuda kwa mataifa yote; hapo ndipo ule mwisho utakapokuja." Injili imekwisha kuhubiriwa katika kila pembe ya ulimwengu.

Zaidi ya hayo, tunaishi katika "dunia kijiji" ambapo kila pembe ya dunia inafikiwa kwa usafiri au mawasiliano. Hali hii pia ilitabiriwa katika Danieli 12:4: "Lakini wewe, Ee Danieli, yafunge maneno haya, ukakitie mhuri kitabu, hata wakati wa mwisho; wengi wataenda mbio huku na huko, na maarifa yataongezeka. " Katika mazingira haya injili inahubiriwa kwa kasi katika ulimwengu wote. Ni kweli kuwa hata kama injili umehubiriwa kwa ulimwengu wote, wanaweza kuwepo baadhi ya watu wasiomkubali Yesu kwa sababu hawafungui mioyo yao. Au, zinaweza kuwepo sehemu za ndani sana zisizofikiwa ambazo mbegu ya Injili haijatawanywa.

Unabii wote katika Agano la Kale umekwishatimilizwa na karibu wote katika Agano Jipya umekwishatimilizwa pia. Maandiko yote yamevuviwa na Roho Mtakatifu. Hivyo, Neno la Mungu ni sahihi na halina mawaa yo yote. Herufi ndogo kabisa au yodi yake haitabadilishwa katika Neno. Mungu amekuwa akilitimiza Neno na Ahadi Zake, mambo machache sana ndiyo bado kutimizwa, ikiwa ni pamoja na Kuja Mara ya Pili kwa Bwana wetu Yesu Kristo, Miaka Saba ya Dhiki Kuu, Milenia Mpya na Hukumu kuu ya Kiti cha Enzi Cheupe.

6. Kupigiliwa misumari Miguu na Mikono Yake

Kusulubiwa kulikuwa mojawapo ya njia za kikatili sana za unyongaji wa wauaji au wahaini. Mkono mmoja ulinyooshwa kwenye msalaba. Mnyongwaji alipigiliwa misumari mikono yote miwili na miguu. Alitundikwa msalabani kwa muda mrefu mpaka alipokufa. Na hivyo ilikuwa ateseke kwa maumivu makali mpaka atakapokufa.

Yesu Mwana wa Mungu alifanya mambo mema tu na hakuwa na kosa wala doa lolote katika ulimwengu huu. Sasa, ni kwa nini Yesu alipigiliwa misumari mikononi na miguuni na kumwaga damu Yake msalabani?

Maumivu ya Kupigiliwa Misumari Mikononi na Miguuni

Yesu alihukumiwa kuuawa msalabani na akafika sehemu ya kunyongewa, mahali palipoitwa Golgotha. Askari mmoja wa Kirumi akiwa ameshikilia nyundo alianza kumpigilia Yesu misumari mikono na miguu yake kwa kutii amri ya kamanda wake. Kisha walisimamisha msalaba. Je, unaweza kuhisi hali hii ilikuwa na maumivu kiasi gani?

Yesu, asiye na hatia alilazimika kuteseka kutokana na maumivu ya misumari mikubwa ilipokuwa inapigiliwa katika mwili wake, kwa sababu ya uzito aliokuwa nao, sehemu za mwili wake zilinyofoka.

Mtu anapokatwa kichwa maumivu hukoma hapo hapo. Lakini kifo cha msalabani kilikuwa cha uchungu sana kwa sababu mtu alitundikwa, akavuja damu na akateseka kwa kuishiwa maji na pumzi mpaka alipofika hatua ya kukata roho. Zaidi ya hayo, nyakati za jua kali jangwani, kila aina ya wadudu waliruka kuzunguka mwili wake ili kunyonya damu inayovuja kutoka sehemu za mikono na miguu zilizopigiliwa misumari. Kwa kuongezea watu waovu walimdhihaki kwa kumnyooshea vidole, wakamkejeli, wakamlaani na kumtukana. Baadhi ya watu waliweza hata kumdhihaki na kusema, , "Ewe mwenye kulivunja hekalu na kulijenga kwa siku tatu, jiokoe nafsi yako; ukiwa ndiwe Mwana wa Mungu, shuka msalabani!" (Mathayo 27:40).

Maumivu makali sana yalimwandama Yesu wakati wa kusulubiwa kwake. Hata hivyo Yesu alijua wazi kuwa kwa kuzichukua dhambi na matukano kwa kufa msalabani, alifungua mlango wa ukombozi kwa ajili ya wanadamu dhidi ya dhambi na kuwafanya kuwa watoto wa Mungu. Maumivu yake halisi yalitoka katika chanzo kingine. Bado walikuwepo baadhi ya watu ambao hawakuujua mpango huu wa Mungu au ambao hawakuupokea wokovu kutokana na uovu wao. Hili lilimsababishia uchungu sana.

Dhambi Zinazofanywa kwa Mikono na Miguu

Wazo la dhambi linapoingia moyoni, moyo huishawishi mikono na miguu kutenda dhambi. Kwa kuwa kuna sheria ya kiroho inayosema kuwa mshahara wa dhambi ni mauti, unapotenda dhambi, ni lazima uangukie Jehanamu na uteseke milele.

Ndiyo sababu Yesu alisema, "Na mguu wako ukikukosesha, ukate; ni afadhali kuingia katika uzima, ukiwa kiguru, kuliko kuwa na miguu miwili, na kutupwa katika Jehanamu; [46 ambamo humo funza wao hafi, wala moto hauzimiki.] 47 Na jicho lako likikukosesha, ling'oe, ulitupe; ni afadhali kuingia katika ufalme wa Mungu, una chongo, kuliko kuwa na macho mawili, na kutupwa katika Jehanamu." (Marko 9:45-47).

Umetenda dhambi kwa mikono na miguu yako mara ngapi tangu ulipozaliwa? Watu wengine huwapiga wenzao kutokana na hasira. Wengine huiba na wengine hupoteza mali zao kwa sababu ya kamari. Watu huwa na ghadhabu kwa kutumia miguu yao na huenda mahali wasikostahili kwenda. Hivyo miguu yako ikikufanya ukatenda dhambi, ni vyema ukaikata na ukaingia mbinguni kuliko kutupwa Jehanamu ukiwa na miguu miwili. Pia, umewahi kutenda dhambi ngapi kwa macho yako? Uroho na uzinzi hukutawala unapoona kitu ambacho hukustahili kuona kwa macho yako. Ndiyo sababu Yesu alisema kuwa ikiwa macho yako yatakufanya utende dhambi, ni vyema ukayanyofoa na kuingia mbinguni kuliko kutupwa Jehanamu baada ya kutenda dhambi ukiwa nayo.

Nyakati za Agano la Kale, ikiwa mtu alitenda dhambi kwa jicho lake, liliondolewa; ikiwa mtu alitenda dhambi kwa mkono au mguu wake, mkono au mguu wake vilikatwa. Ikiwa mtu aiua au kuzini, alipigwa kwa mawe mpaka kufa (Kumbukumbu la Torati 19:19-21).

Bila mateso ya Yesu Kristo msalabani, hata leo, watoto wa Mungu wangekuwa bado wanakatwa mikono au miguu yao wanapotenda dhambi kwa mikono au miguu yao. Hata hivyo Yesu aliubeba msalaba, alipigiliwa misumari mikononi na miguuni na kumwaga damu yake. Kwa kufanya hivi alizifuta kabisa dhambi zilizotendwa kwa mikono na miguu yako na hutakiwi kuteseka tena au kulipa deni la dhambi zako. Upendo wake ni mkuu mno!

Unapaswa kuweka katika akili yako kuwa anakutakasa kutokana na dhambi zako zote ikiwa utatembea katika nuru kama alivyo wa nuruni na ikiwa utakiri dhambi zako na kumrudia Yeye (1 Yohana 1:7).

Kwa hiyo, ni muhimu sana kwamba uujaze moyo wako na kweli ili kuishi maisha ya ushindi yenye moyo wa shukrani ambao daima unamwelekea Mungu.

7. Miguu ya Yesu Haikuvunjwa Lakini Alichomwa Ubavuni

Yesu alikufa siku ya Ijumaa, siku moja kabla ya Sabato. Siku hizo Jumamosi ilitunzwa kama siku ya sabato na Wayahudi hawakutaka miili iachwe kwenye misalaba wakati wa Sabato. Hivyo kama unavyosoma katika Yohana 19:31, Wayahudi walimwomba Pontio Pilato ili miguu ivunjwe na miili itolewe kwenye misalaba.

Kwa ruhusa ya Pontio Pilato, Askari walivunja miguu ya wanyang'anyi waliosulubiwa pamoja na Yesu lakini hawakuvunja miguu ya Yesu kwa kuwa tayari alikuwa amekwisha kufa. Siku hizo, waliosulubiwa walichukuliwa kuwa ni watu waliolaaniwa na ndiyo maana askari walivunja miguu yao. Kwa hiyo kuna majaliwa ya kiungu kutokana na ukweli kuwa hawakuvunja miguu ya Yesu.

Kwa nini Miguu ya Yesu Haikuvunjwa?

Yesu, ambaye hakuwa na dhambi alilaaniwa na kutundikwa msalabani ili kuwakomboa wanadamu kutokana la laana ya sheria. Shetani alishindwa kuvunja miguu yake si kwa sababu Yesu alikufa kwa sababu ya dhambi zake mwenyewe lakini ni kwa sababu ya mpango wa Mungu. Aidha, Mungu alimlinda Yesu ili asivunjwe mifupa Yake ili kutimiza Maneno ya Zaburi 34:20, yanayosema, "Huihifadhi mifupa yake yote, Usivunjike hata mmoja.."

Katika Hesabu 9:12, Mungu aliwaambia Waisraeli wasivunje mfupa wo wote wa kondoo wanapokula nyama. Anasema pia katika Kutoka 12:46 kwamba Waisraeli wangekula nyama ya kondooo lakini hawapaswi kuvunja mfupa wake wowote ule.

"Kondoo" anamwakilisha Yesu ambaye hakuwa na lawama wala doa lolote, lakini akajitoa mwenyewe kama dhabihu ya upatanisho kwa ajili ya wanadamu na dhambi zao kutokana na upendo Wake kwetu. Kwa mujibu wa Maandiko, Kutoka 12:46 inasema, "Na aliwe ndani ya nyumba moja; usiichukue nje ya nyumba nyama yake yoyote; wala msivunje mfupa wake uwao wote," hakuna mfupa wa Yesu uliovunjwa.

Ubavu Uliochomwa Mkuki

Yohana 19:32-34 inaelezea tukio jingine la kutisha:

Basi askari wakaenda, wakamvunja miguu wa kwanza, na wa pili, aliyesulubiwa pamoja naye. Lakini walipomjia Yesu na kuona ya kuwa amekwisha kufa, hawakumvunja miguu; lakini askari mmojawapo alimchoma ubavu kwa mkuki; na mara ikatoka damu na maji.

Ijapokuwa askari alikuwa anajua kuwa Yesu alikuwa amekufa, kwa nini alimchoma mkuki ubavuni, akasababisha damu na maji kumwagika? Hii inaonyesha uovu wa mwanadamu.

Ijapokuwa alikuwa Mungu, Yesu hakung'ang'ania haki Zake kama Mungu. Badala yake alijiona kuwa si kitu. Alijinyenyekeza kama mtumwa na kuonekana katika mwonekano na sura ya mwanadamu. Alijinyenyekeza zaidi kwa kufa kifo cha mhalifu msalabani. Kwa namna hii Yesu alikufungulia mlango wa wokovu. (Wafilipi 2:6-8).

Wakati wa uhai wake hapa ulimwenguni, Yesu aliwaweka huru wafungwa, aliwatajirisha maskini na aliwaponya wagonjwa na watu walio dhaifu. Hakuwa na muda wa kutosha kuweza kula au kulala kwa kuwa alijitahidi kadri alivyoweza kulitangaza Neno la Mungu ili kuokoa roho nyingi kadri alivyoweza. Alipanda kwenye kilima kuomba hata ijapokuwa wanafunzi Wake walikuwa wamelala.

Wayahudi wengi walimtesa kwa kumbeza ijapokuwa alifanya mambo mema tu. Mwishowe kwa sababu ya uovu waliokuwa nao walimsulubisha msalabani. Zaidi ya hayo, ijapokuwa alikuwa anajua kuwa amekwisha kufa, askari wa Kirumi alimchoma kwa mkuki. Hii inatwambia kuwa watu walikuwa na uovu mwingi.

Mungu alikuonyesha upendo wake wa ajabu kwa kumtuma Mwanawe wa pekee Yesu Kristo na kumwacha asulubiwe msalabani ili akukomboe kutoka dhambini, bila kujali uovu wa wanadamu.

Kutoka Damu na Maji kwenye Ubavu Wake

Kama nilivyokwisha sema, askari wa Kirumi kwa uovu wake alimchoma Yesu mkuki ubavuni, ijapokuwa alijua kuwa Yesu alikuwa amekufa. Alipomchoma mkuki ubavuni, damu na maji vilivuja kutoka mwilini mwa Yesu. Kuna maana tatu kuhusiana na tukio hili. Kwanza, inakuonyesha kuwa Yesu alikuja duniani katika mwili kama Mwana wa Adamu. Yohana 1:14 inasema, "Naye Neno alifanyika mwili, akakaa kwetu; nasi tukauona utukufu wake, utukufu kama wa Mwana pekee atokaye kwa Baba; amejaa neema na kweli." Mungu alikuja hapa duniani katika mwili na alikuwa Yesu.

Watendao dhambi hawawezi kumwona Mungu kwa sababu wataangamia baada ya kumwona. Hivyo, Mungu hawezi kuonekana wazi kwao na ndiyo sababu Yesu alikuja katika dunia hii katika umbo la mwili wa mwanadamu na kuonyesha ushahidi mwingi wa kutuelekeza katika kumwamini Mungu.

Biblia inakwambia kuwa Yesu alikuwa mwanadamu kama ulivyo wewe. Marko 3:20 inasema, "Mkutano wakakusanyika tena, hata wao wenyewe wasiweze hata kula mkate." Mathayo 8:24 inatwambia, "Kukawa na msukosuko mkuu baharini, hata mashua ikafunikwa na mawimbi; naye alikuwa amelala usingizi. 25 Wanafunzi wake wakamwendea, wakamwamsha, wakisema, Bwana, tuokoe, tunaangamia."

Watu wengine wanaweza kujiuliza ilikuwaje Yesu Mwana wa Mungu asikie njaa au maumivu. Hata hivyo, kwa kuwa Yesu alikuwa katika mwili wenye mifupa na mishipa, alilazimika kula na kulala. Alihisi uchungu pia kama sisi tunavyohisi maumivu.

Ukweli kuwa damu na maji vilimwagika kutoka mwilini mwake alipochomwa mkuki unakupa ithibati kwamba Yesu alikuja duniani katika mwili, ijapokuwa Yeye ni Mwana wa Mungu.

Pili, ni ithibati nyingine kwamba hata wewe unaweza kushiriki katika uungu hata kama una mwili wa kibinadamu. Mungu anawataka watoto Wake wawe watakatifu na wakamilifu kaka Yeye alivyo. Hivyo anasema, "Mtakuwa watakatifu kwa kuwa mimi ni mtakatifu" (1 Petro 1:16) na Mathayo 5:48 inasema "Basi ninyi iweni wakamilifu, kama Baba yenu wa mbinguni alivyo mkamilifu." Anakutia moyo kwa kusema, "Tena kwa hayo ametukirimia ahadi kubwa mno, za thamani, ili kwamba kwa hizo mpate kuwa washirika wa tabia ya Uungu, mkiokolewa kutoka kwa uharibifu uliomo duniani kwa sababu ya tamaa" (2 Petro 1:4), na Wafilipi 2:5 inasema, "Iweni na nia iyo hiyo ndani yenu ambayo ilikuwamo pia ndani ya Kristo Yesu."

Yesu alikuja katika ulimwengu huu na akawa mtumishi kwa kufuata mapenzi ya Mungu, na akatimiza wajibu wake. Pia aliitimiza sheria kwa upendo kwa kuyashinda majaribu na vishawishi na shida zote na kuishi kwa kufuatana na Neno la Mungu.

Ijapokuwa alikuwa mtu kama wewe ulivyo, alipokea maumivu yote kwa kupenda, akayafuata mapenzi ya Mungu kwa uvumilivu na kiasi na kujitoa kama dhabihu katika upendo ili afe msalabani bila vikwazo au malalamiko.

Sisi je, tunawezaje kushiriki katika asili ya uungu tukiwa na moyo wa Yesu Kristo?

Ni lazima uachane na asili ya dhambi, yenye hamu na tamaa za mwili, uwe na upendo wa kiroho na uombe kwa bidiii ili ushiriki katika asili ya uungu kwa kuwa na tabia iliyo sawa na ile ya Yesu.

Kwa upande mmoja, upendo wa kimwili ni wa kibinafsi na upendo wa namna hii hupoa kadri muda unavyopita. Watu wenye upendo wa aina hii husalitiana wao kwa wao na huteseka kutokana na uchungu wanapofarakana.

Kwa upande mwingine, Mungu anakutaka uwe na upendo wenye subira, mwema na usio wa kibinafsi. Ni upendo wa kiroho tu ndiyo haubadiliki kamwe na hustawi siku kwa siku. Unaweza kuwa na tabia ya Yesu kwa kadri unavyokuwa na upendo wa kiroho na kwa kadri unavyotupa na kuacha kila aina ya uovu kwa kuomba kwa bidii.

Vivyo hivyo, kila mtu anaweza kupokea neema na nguvu ya Mungu ikiwa ataka msaada Wake kwa kufunga na kuomba kwa bidii. Mungu pia atamwondolea kila aina ya uovu mtu wa jinsi hiyo. Utang'aa kama ua katika ufalme wa mbinguni ikiwa una upendo wa kiroho, una matunda tisa ya Roho Mtakatifu (Wagalatia 5) na utapokea Heri (baraka kuu za Kristo)- (Mathayo 5).

Tatu, kutokwa kwa damu na maji kwa Yesu kuna nguvu kiasi cha kutosha kukuelekeza katika maisha ya kweli na ya milele.

Damu na maji ya Yesu havikuwa na lawama wala doa lolote kwa kuwa hakuwa na dhambi ya asili na hakutenda dhambi yo yote. Kiroho ni damu na maji haya ambayo yangefufuka. Kwa kuwa alitokwa damu yake takatifu, dhambi zako zinasafishwa na unaweza kupata maisha ya kweli yatakayokuelekeza kwenye wokovu, ufufuo na uzima wa milele. Maji yaliyovuja kutoka katika mwili wa Yesu, ni alama ya maji ya milele, yaani neno la Mungu. Unaweza kujaa kweli na kuwa mtoto halisi wa Mungu katika kiwango cha kuelewa Neno lake na kuzitupilia mbali dhambi zako kwa kuishi kufuatana na Neno Lake.

Yesu, asiye na lawama au doa lolote, aliacha kila kitu ili akupe maisha ya kweli hata akamwaga damu na maji ijapokuwa hukuwa na thamari kuliko wanyama.

Ni matumaini yangu kuwa unaelewa kuwa umeokoka bila ya kulipa gharama yo yote na unapaswa kuzitupa dhambi zako kwa kuomba kwa bidii ili uweze kuishi maisha yanayozaa matunda katika Yesu Kristo.

Sura Ya 7

Maneno Saba ya Mwisho Ya Yesu Akiwa Msalabani

1. Baba, Uwasamehe
2. Leo Utakuwa Pamoja Nami Paradiso
3. Mwanamke, Mwanao Huyu Hapa; Mama yako Huyu Hapa
4. Eloi, Eloi, Lama Sabaktani?
5. Nasikia Kiu
6. Imekwisha
7. Baba, Mikononi Mwako Naiweka Roho Yangu

*Yesu akasema, "Baba, uwasamehe, kwa kuwa hawajui watendalo."...
(mstari 34)*

... Kisha akasema, Ee Yesu, nikumbuke utakapoingia katika ufalme wako. Yesu akamwambia, Amin, nakuambia, leo hivi utakuwa pamoja nami peponi. Hapo ilikuwa yapata saa sita, kukawa giza juu ya nchi yote hadi saa tisa, jua limepungua nuru yake; pazia la hekalu likapasuka katikati. Yesu akalia kwa sauti kuu, akasema, Ee Baba, mikononi mwako naiweka roho yangu.. (mstari 42-46)

Luka 23:34, 42-46

Watu wengi hutafakari juu ya maisha yao kifo kinapokaribia. Hutoa wasia wao wa mwisho kwa familia na marafiki zao.

Kwa namna hiyo hiyo, Yesu alifanyika mwili, akaja katika ulimwengu huu kwa kutii mapenzi ya Mungu, na akatamka maneno saba msalabani alipokuwa akikata roho. Maneno haya huitwa "Maneno Saba ya Mwisho ya Yesu Akiwa Msalabani."

Hebu tuchunguze maana ya kiroho ya maneno saba ya mwisho ya Yesu akiwa pale msalabani.

1. Baba, Uwasamehe

Mwandishi wa Wafilipi anayaelezea maneno ya Yesu kwa njia hii.

Iweni na nia iyo hiyo ndani yenu ambayo ilikuwamo pia ndani ya Kristo Yesu; ambaye yeye mwanzo alikuwa yuko na namna ya Mungu, naye hakuona kule kuwa sawa na Mungu kuwa ni kitu cha kushikamana nacho; bali alijifanya kuwa hana utukufu, akatwaa namna ya mtumwa, akawa ana mfano wa wanadamu; tena, alipoonekana ana umbo kama mwanadamu, alijinyenyekeza akawa mtii hata mauti, naam, mauti ya msalaba (Wafilipi 2:5-8).

Yesu alisulubiwa msalabani ili kuonyesha upendo Wake na

utiifu wake kwa Mungu ili aweze kufungua njia ya wokovu kwa watenda dhambi. Watu pamoja na viongozi waliokuwa wamesimama karibu na Yesu walimdhihaki Yesu wakisema, "Aliokoa wengine; na ajiokoe mwenyewe, kama ndiye Kristo wa Mungu, mteule wake" (Luka 23:35).

Askari nao walimdhihaki, wakampa siki na kusema , "Kama wewe ndiwe mfalme wa Wayahudi, ujiokoe mwenyewe!" (msatri 37) Mmoja wa wahalifu aliyetundikwa pamoja na Yesu alimtukana akisema , "Je! Wewe si Kristo? Jiokoe nafsi yako na sisi!" (mstari 39).

Na walipofika mahali paitwapo Fuvu la Kichwa, ndipo walipomsulubisha yeye, na wale wahalifu, mmoja upande wa kulia, na mmoja upande wa kushoto. Yesu akasema, Baba, uwasamehe, kwa kuwa hawajui watendalo. Wakagawa mavazi yake, wakipiga kura (Luka 23:33-34).

Yesu aliwaombea msamaha kwa Mungu alipokaribia kukata roho akisema, "Baba, uwasamehe; kwa kuwa hawajui wanalotenda," Yesu alimwomba Baba awape rehema na awasamehe watu ambao hawakujua kuwa Yesu ni Mwana wa Mungu na alikuwa anasulubiwa kwa ajili ya dhambi zao. Pengine hawakutambua kuwa matendo yao yalikuwa dhambi. Hili ni neno Lake la kwanza akiwa msalabani.

Yesu Anawaombea Katika Upendo Watu Wanaomsulubisha

Yesu, Mwana wa Mungu, aliwaombea waliomsulubisha ijapokuwa hakuwa na hatia yo yote. Alikuwa na upendo mkuu na wa ajbu sana! Yesu angeliweza kutoka msalabani kwa urahisi tu ili kukwepa kusulubiwa, kwani Yeye yu pamoja na Mungu na alitiwa nguvu na Mungu Baba. Hata hivyo alisulubiwa ili kukamilisha mpango wa wokovu kufuatana na mapenzi ya Mungu. Hivyo aliweza kuvumilia mateso na aibu yote, akawaombea kwa upendo mkuu na akawaombea msamaha.

Yesu aliomba kwa dhati aliposema, "Baba, uwasamehe; kwa kuwa hawajui wanalotenda." Hapa "uwasamehe" hakumaanishi tu wale waliomsulubisha na kumdhihaki, bali wanadamu wote wasiompokea Yesu Kristo na wanaoendelea kuishi katika giza. Kama wale watu waliomsulubisha Yesu Mwana wa Mungu, watu wengi wanaendelea kutenda dhambi kwa sababu hawaijui Kweli na hawamjui Yesu Kristo.

Adui yako ibilisi ni wa gizani na anachukia nuru hivyo alimsulubisha Yesu, nuru ya kweli. Leo ibilisi anawatawala watu wa gizani na anawafanya wawatese wale wanaoenenda katika nuru. Unaweza kumchukuliaje mtesaji asiyeijua kweli?

Yesu anakufundisha maana ya mapenzi ya Mungu na tabia ya Mristo inavyopaswa kuwa kwa kutumia neno la kwanza akiwa msalabani. Mathayo 5:44 inasema, "lakini mimi nawaambia,

Wapendeni adui zenu, waombeeni wanaowaudhi." Hivyo ni lazima tuwaombee wale wote wanaotutesa, kwa kusema, "Baba, uwasamehe, hawajui lile wanalotenda. Wabariki ili nao pia waweze kumpokea Bwana ili tukutane mbinguni."

2. Leo Utakuwa Pamoja Nami Paradiso

Wahalifu wawili walisulubiwa pamoja na Yesu pale Golgotha, "mahali penye fuvu la kichwa" (Luka 23:33).

Mmoja wa wahalifu alimdhihaki Yesu, lakini mwingine alimkemea mwenzake, akatubu na kumpokea Yesu kama mwokozi wake. Ndipo Yesu alipomwahidi kuwa angekuwa pamoja naye Paradiso. Hilo lilikuwa neno la pili la Yesu alipokuwa msalabani.

Na mmoja wa wale wahalifu waliotungikwa alimtukana, akisema, Je! Wewe si Kristo? Jiokoe nafsi yako na sisi. Lakini yule wa pili akamjibu akamkemea, akisema, Wewe humwogopi hata Mungu, nawe u katika hukumu iyo hiyo? Nayo ni haki kwetu sisi, kwa kuwa tunapokea malipo tuliyostahili kwa matendo yetu; bali huyu hakutenda lolote lisilofaa. Kisha akasema, Ee Yesu, nikumbuke utakapoingia katika ufalme wako. Yesu akamwambia, Amin, nakuambia, leo hivi utakuwa pamoja nami peponi." (Luka 23:39-43).

Yesu alitangaza kuwa Yeye ni Masihi anayeweza kuwasamehe wenye dhambi wanapotubu na kuwaokoa kwa kutumia neno Lake la pili alilosema akiwa msalabani.

Unaposoma Injili Nne, mwitikio wa wahalifu wale wawili umeandikwa katika namna tofauti. Mathayo 27:44 inasema, "Pia wale wanyang'anyi waliosulubiwa pamoja naye walimshutumu vile vile." Marko 15:32, inasema, "Kristo, mfalme wa Israeli, na ashuke sasa msalabani tupate kuona na kuamini. Hata wale waliosulubiwa pamoja naye wakamsuta." Kutoka katika Injili hizi mbili, unasoma kuwa wahalifu wote wawili walimkashifu Yesu.

Hata hivyo, katika Luka 23, unasoma kuwa mhalifu mmoja alimkemea mwenzake na akatubu dhambi zake na akampokea Yesu Kristo na kuokoka. Hii si kwa sababu Injili hazilingani, bali Mungu katika majaliwa yake yeye mwenyewe aliwaruhusu waandishi kuandika kwa njia tofauti tofauti. Masuala ya kihistoria na majaliwa ya Mungu katika Biblia yameandikwa kwa kifupi sana. Ikiwa kila kitu kingeandikwa kwa undani, Biblia ingekuwa na maelfu na maelfu ya vitabu.

Siku za leo, ukirekodi kitu kwa kutumia video kamera, unaweza kukitazama baadaye, lakini wakati wa Yesu, hakukuwapo vifaa kama hivyo, hivyo hawakupiga picha hata moja ijapokuwa matukio haya yalikuwa ya muhimu sana. Waliweza kuyaandika tu matukio haya. Kutokana na tofauti hizi ndogo unaweza kuona na kuipitia hali fulani kwa usahihi zaidi.

Uelewa Mzuri wa Kusulubiwa Kwa Yesu

Yesu alipohubiri Injili, umati mkubwa wa watu ulikuwa ukimfuata. Huku wengine wakitaka kumsikiliza, wengine wengine walitaka kuona ishara na miujiza kutoka mbinguni, wengine walitaka chakula na bado wengine waliuza vitu vyao ili wamfuate na kumtumikia Yesu. Katika Luka 9, Yesu aliibariki mikate mitano na samaki wawili. Idadi ya watu waliokula ilikuwa kama wanaume elfu tano bila kuhesabu wanawake na watoto (Luke 9:12-17). Fikiria pale msalabani aliposulubishwa walikusanyika watu wangapi, hii ni pamoja na watu waliomchukia au kumpenda Yesu. Umati uliuzunguuka msalaba na hivyo askari waliwazuia kwa ngao na mikuki. Fikiria watu waliokuwa wanamzomea Yesu waliokuwa karibu na msalaba. Kundi la watu lilikuwa likimtukana. Hata mmoja wa wahalifu waliokuwa upande wa kulia na kushoto wa Yesu walimtukana.

Nani angeweza kusikia kile alichosema mhalifu wa kwanza? Inawezekana ilikuwa kwa sauti ya chini hivyo watu waliosimama karibu sana na Yesu ndio waliweza kusikia. Yule mhalifu mwingine alimwambia kitu Yesu huku akiashiria kwa uso wake. Mhalifu huyu alikuwa anamkemea mhalifu mwenzake aliyemtusi Yesu. Hata hivyo waliokuwa mbali upande mwingine walifikiri kuwa mhalifu huyu aliyekuwa akitubu alikuwa akimtusi Yesu.

Kwa upande mmoja, katika mazingira yenye kelele kama hayo, kila mwandishi wa Injili za Mathayo na Marko asingeweza kusikia kile alichosema mhalifu kwa uwazi, hivyo alidhani yeye pia alikuwa anamdhihaki Yesu. Hivyo wote waliandika kuwa wahalifu wote wawili walimdhihaki Yesu pale msalabani.

Kwa upande mwingine mwandishi wa Injili ya Luka alisikia kwa uwazi, na hivyo alijua kuwa mmoja wa wahalifu hakumtukana Yesu lakini alitubu. Waandishi tofauti waliokuwa sehemu tofauti waliandika tofauti.

Mungu ajuaye kila kitu, aliwaruhusu waandishi hao kuandika taarifa tofauti ili kizazi cha baadaye kiweze kutambua mazingira fulani kwa uwazi.

Mahali Huko Mbinguni Kwa Ajili ya Mhalifu Aliyetubu

Yesu alimwahidi mhalifu aliyetubu dhambi kabla ya kufa kwa kumwambia, "Utakuwa pamoja nami paradiso." Maneno haya yana maana kiroho.

Mbinguni, ambao ni ufalme wa Mungu ni mkubwa sana zaidi ya tunavyoweza kufikiria. Hata Yesu alitwambia katika Yohana 14:2 kuwa, "Nyumbani mwa Baba yangu mna makao mengi; kama sivyo, ningaliwaambia; maana naenda kuwaandalia mahali." Mwandishi wa Zaburi anatwambia "Msifuni, enyi mbingu za mbingu, Nanyi maji mlioko juu ya mbingu!" (Zaburi

148:4). Nehemia 9:6 anamsifu Mungu aliyeumba mbingu na hata mbingu za juu zaidi. 2 Wakoritho 12:2 inazungumza kuhusu "Namjua mtu mmoja katika Kristo, yapata sasa miaka kumi na minne, (kwamba alikuwa katika mwili sijui; kwamba alikuwa nje ya mwili sijui; Mungu ajua). Mtu huyo alinyakuliwa juu mpaka mbingu ya tatu ." Katika Ufunuo 21:2, kiti cha enzi cha Mungu kiko katka mji wa Yerusalemu Mpya.

Vivyo hivyo kuna sehemu nyingi Mbinguni. Hata hivyo huruhusiwi kuishi sehemu yoyote kwa kuchagua wewe mwenyewe. Mungu wa haki humpa kila mtu kutokana na namna alivyotenda kazi hapa ulimwenguni: kiasi gani unatenda na kuishi kama Bwana na kufanya kazi kwa ajili ya ufalme wa Mungu na ni kwa kiasi gani utaweka mali yako mbinguni, na kadhalika. (Mathayo 11:12; Ufunuo 22:12).

Yohana 3:6 inasema, "Kilichozaliwa kwa mwili ni mwili; na kilichozaliwa kwa Roho ni roho." Kutegemeana na namna ambavyo mtu kwa ubinafsi wake anavyojisafisha na kujitenga na mambo ya kidunia na kuwa mtu wa kiroho, sehemu za kuishi mbinguni zitagawanywa kutegemeana na viwango vya kiroho.

Kila mahali mbinguni ni pazuri kwa sababu Mungu anatawala mbingu. Hata hivyo kuna tofauti hata mbinguni. Kwa mfano, mtindo wa maisha, mambo anayopenda mtu, viwango vya maisha na kadhalika, mijini ni tofauti na vijijini. Vivyo hivyo, mji mtakatifu wa Yerusalemu Mpya ni mahali patakatifu na patukufu zaidi mbinguni ambapo Kiti cha Enzi Cha Mungu kinakaa na ni mahali ambapo watoto wanaofanana Naye zaidi watakaa. Hata hivyo, Paradiso ni mahali ambapo mhalifu aliyetubu dakika ya mwisho kabla ya kifo chake anaishi na iko nje ya mbinguni. Watu wengi wanaopata wokovu (wa aibu) kama huyo mhalifu wataishi huko. Watu hawa walimpokea Yesu Kristo lakini hawakusonga mbele ili wabadilike kiroho.

Kwa nini mhalifu aliyetubu aliingia Paradiso?

Yule mhalifu alitubu kwa moyo wake wote kuwa alikuwa mwenye dhambi na alimpokea Yesu kama Mwokozi wake. Hata hivyo hakuziacha dhambi zake, hakuishi kwa kulifuata Neno la Mungu au kuwahubiria wengine. Hakumfanyia Bwana kazi. Hakufanya chochote kinachostahili zawadi mbinguni. Ndiyo sababu aliingia Paradiso, mahali pa chini kabisa mbinguni.

Yesu Alikwenda Katika Kaburi la Juu

Ijapokuwa Yesu alimwahidi yule mhalifu kuwa, "Leo utakuwa nami Paradiso," haimaanishi kuwa huko mbinguni Yesu anaishi paradiso tu. Yesu, Mfalme wa wafalme na Bwana wa mabwana, anatawala na kuishi pamoja na watoto wa Mungu katika mbingu yote, ikiwa ni pamoja na Yerusalemu Mpya na Paradiso. Kwa mantiki hii ni kuwa Yesu anaishi Paradiso na kila mahali huko mbinguni. Yesu alipomwambia mhalifu kuwa "Leo hii utakuwa nami Paradiso," "leo" haimaanishi kuwa ni siku ile ambapo Yesu alikufa msalabani au siku nyingine yo yote. Yesu alisema kuwa atakuwa na mhalifu popote pale ambapo mhalifu atakuwa tangu wakati alipokuwa mwana wa Mungu.

Unapoisoma Biblia unaona kuwa baada ya kufa Yesu hakwenda Paradiso. Katika Mathayo 12:40, Yesu anawaambia baadhi ya Mafarisayo kuwa, "Kwani kama vile Yona alivyokuwa siku tatu mchana na usiku katika tumbo la nyangumi, hivyo ndivyo Mwana wa Adamu atakavyokuwa siku tatu mchana na usiku katika moyo wa nchi." Waefeso 4:9 inasema, "Basi neno hilo, Alipaa, maana yake nini kama siyo kusema kwamba yeye naye alishuka mpaka pande zilizo chini za nchi?"

Kwa kuongezea, 1 Petro 3:18-19 says, "Kwa maana Kristo naye aliteswa mara moja kwa ajili ya dhambi, mwenye haki kwa ajili yao wasio haki, ili atulete kwa Mungu; akauawa kimwili, lakini akahuishwa kiroho, ambayo kwa hiyo aliwaendea roho waliokaa kifungoni, akawahubiria. " Yesu alikwenda kwenye kaburi la juu na kuzihubiri roho injili kabla ya kufufuliwa siku ya tatu. Kwa nini hilo lilikuwa muhimu?

Kabla Yesu hajaja katika ulimwengu huu, watu wengi wakati wa Agano la Kale na hata watu nyakati za Agano Jipya hawakupata nafasi ya kusikia Injili lakini waliishi kwa wema na wakamkubali Mungu. Je hii inamaanisha kuwa wote walikwenda jehanamu kwa sababu hawakuwa wakimjua Yesu?

Mungu alimtuma Mwanawe wa pekee hapa duniani na kila anayempokea ataokolewa. Mungu asingeanza kuwastawisha wanadamu ili kuwaokoa wale tu watakaompokea Yesu baada ya kusulubiwa kwake. Wale ambao hawakupata nafasi ya kuisikia Injili lakini waliishi maisha mema watahukumiwa kutokana na namna walivyoishi.

Kwa upande mmoja wale wenye moyo safi hukusanyika namna hii katika "Kaburi la Juu." Na kwa upande mwingine, "Kaburi la Chini" ambalo pia linajulikana kama "Kuzimu" ni mahali ambako nafsi za waovu zinaishi mpaka Siku ya Hukumu. Baada ya kusulubiwa kwake, Yesu alikwenda kwenye Kaburi la Juu na kuzihubiria roho ambazo hazikuwahi kuisikia Injili lakini waliishi kwa dhamiri njema na walistahili kuokolewa.

Hakuna jina jingine walilopewa wanadamu chini ya mbingu zaidi ya jina la Yesu Kristo liwapasalo kuokolewa kwalo. Ndiyo sababu Yesu alikwenda na akazihubiri roho hizi habari zake Yeye Mwenyewe ili waweze kumpokea na kuokolewa.

Biblia inasema kuwa roho zilizookolewa kabla ya Yesu kusulubiwa zilichukuliwa upande wa Ibrahimu (Luka 16:22), lakini sasa baada ya kufufuka kwake, zinachukuliwa na kuwekwa upande wa Yesu.

Wokovu Kufuatana na hukumu ya dhimira

Kabla Yesu hajaja humu duniani kuhubiri Injili, watu wema waliishi duniani kutegemeana na haki iliyokuwa mioyoni mwao. Hiyo ni sheria ya kufuata dhamiri. Watu wema hawakufanya uovu walipopata matatizo na kukumbana na magumu, kwa sababu walisikiliza sauti za mioyo yao.

Warumi 1:20 inasema, "Kwa sababu mambo yake yasiyoonekana tangu kuumbwa ulimwengu yanaonekana, na kufahamika kwa kazi zake; yaani, uweza wake wa milele na Uungu wake; hata wasiwe na udhuru."

Kwa kuangalia mpangilio wa mbingu na kila kitu kilivyo kama kilivyoumbwa, watu wenye mioyo safi wanaamini kuwa kuna uzima wa milele. Hii ndiyo sababu hawaishi kwa kufuata asili yao ya dhambi na wanajitawala ili wasiyafurahie mambo ya ulimwengu huu kwa sababu wanamcha Mungu. Warumi 2:14-15 inasema, "Kwa maana watu wa Mataifa wasio na sheria wafanyapo kwa tabia zao yaliyo ndani ya torati, hao wasio na sheria wamekuwa sheria kwa nafsi zao wenyewe. Hao waionesha kazi ya torati iliyoandikwa mioyoni mwao, dhamiri yao ikiwashuhudia, na mawazo yao, yenyewe kwa yenyewe, yakiwashitaki au kuwatetea."

Mungu aliwapa Waisraeli sheria lakini hakuwapa Mataifa. Hata hivyo inachukuliwa kama vile Mataifa wanaishi kwa kuifuata sheria pale wanapoishi kwa kuifuata sheria ya dhamiri yao, hisia zao zinapokuwa na kujaribiwa na wao wenyewe. Huwezi kusema kuwa wale ambao hawakumwamini Yesu Kristo hawawezi kuokolewa kwa sababu hawakuisikia Injili katika maisha yao. Miongoni mwa wale waliokufa kabla ya kumsikia Kristo, walikuwepo baadhi ya watu ambao waliweza kujizuia dhidi ya uovu na mawazo maovu kutokana na usafi wa mioyo yao. Watu hawa wataokolewa kulingana na hukumu ya wema wa mioyo yao.

3. Mwanamke, Mwanao Huyu Hapa; Mama yako Huyu Hapa

Mtume Yohana ameandika kuwa aliona na kusikia kutoka kwenye msalaba aliotundikwa Yesu. Walikuwepo wanawake wengi ikiwa ni pamoja na Mariamu, mama yake Yesu; Salome, Dada yake Mama yake; Mariamu mke wa Clopasi; na Mariamu Magdalene. Katika Yohana 19:26-27, Yesu anamwambia Mariamu, mama Yake aliyekuwa na huzuni amchukue Yohana kuwa mwanawe na anamwambia Yohana amwangalia kama mama yake:

Basi Yesu alipomwona mama yake, na yule mwanafunzi aliyempenda amesimama karibu, alimwambia mama yake, Mama, tazama, mwanao. Kisha akamwambia yule mwanafunzi, Tazama, mama yako. Na tangu saa ile mwanafunzi yule akamchukua nyumbani kwake..

Kwa nini Yesu alimwita Mariamu "Manamke" na Hakumwita "Mama"?

Neno "mama" halikutamkwa na Yesu, lakini liliandikwa na mtume Yohana kwa mtazamo wake. Kwa nini, sasa, Yesu alimwita mama yake aliyemzaa "mwanamke"?

Unaposoma katika Biblia, utaona kuwa Yesu hakumwita mama yake "mama."

Kwa mfano, katika Yohana 2:1-11, Yesu alitenda muujiza wa kwanza kwa kubadilisha maji na kuwa divai baada ya kuanza huduma yake. Muujiza huu ulitokea kwenye harusi huko Kana ya Galilaya. Yesu na wanafunzi wake walialikwa pia kwenye harusi hiyo. Divai ilipoisha, Mariamu alimwambia, "Hawana divao" kwa sababu alijua kuwa Yesu kama Mwana wa Mungu, alikuwa na uwezo wa kubadili maji na kuwa divai. Ndipo Yesu alimwambia, "Mwanamke, tuna nini mimi nawe? Saa yangu haijawadia" (mstari. 4).

Yesu alijibu kuwa wakati wa Yeye kujifunua kama Masihi ulikuwa bado haujafika ijapo kuwa Mariamu aliwahurumia wageni kwa sababu divai ilikuwa imekwisha. Kubadili maji kuwa mvinyo ni kielelezo kuwa Yesu angemwaga damu yake msalabani

Yesu alijitangaza Yeye mwenyewe kuwa amekuja hapa ulimwenguni kama mwokozi ili kuukamilisha mpango wa Mungu wa wokovu msalabani. Hivyo alimwita Mariamu "mwanamke," badala ya "mama."

Hata hivyo, Mwokozi wetu Yesu ni Mungu katika Utatu na Muumbaji. Mungu muumba ni Yeye Aliyeko (Kutoka 3:14), na ni wa kwanza na wa Mwisho (Ufunuo 1:17, 2:8). Hivyo,Yesu hana mama na ndiyo sababu Yesu alimwita Mariamu "mwanamke" na hakumwita 'mama."

Siku za leo watoto wengi wa Mungu wanamwita Mariamu "mama mtakatifu" wa Yesu au hata kutengezea sanamu zake na kuabudu mbele ya sanamu hizo. Unapaswa kuelewa kuwa hii si sahihi kabisa kwa sababu yeye si mama wa Mwokozi wetu (Kutoka 20:4).

Uraia wa Mbinguni

Yesu alimfariji Mariamu aliyekuwa na huzuni nyingi sana kutokana na kusulubiwa kwake na akamwambia Yohana mwanafunzi aliyempenda sana, kuwa amwangalie Mariamu kama mama yake mwenyewe. Ijapokuwa Yesu aliteseka kwa maumivu makali sana pale msalabani, bado alionyesha anamjali sana Mariamu na nini kingemtokea baada ya kifo chake. Unaweza kuuona upendo wake hapo.

Kupitia neno la tatu la Yesu akiwa msalabani, unaweza kutambua kuwa katika imani, sisi sote ni jamaa moja - familia ya Mungu. Katika Mathayo 12 kuna tukio ambapo familia yote ya Yesu ilikuja kumwangalia. Yesu anapoambiwa kuwa Mama yake na ndugu zake wako nje, aliiambia:

Akawanyoshea mkono wanafunzi wake, akasema, Tazama, Mama yangu na ndugu zangu! Kwa maana yeyote atakayeyafanya mapenzi ya Baba yangu aliye mbinguni, huyu ndiye kaka yangu, na dada yangu na mama yangu (Mathayo 12:48-50).

Kadri imani yako inavyokua baada ya kumpokea Yesu Kristo, uraia wako wa mbinguni unakuwa wazi zaidi na unampenda kaka na dada yako katika Kristo zaidi ya ndugu zako wa kibaolojia. Ikiwa wanafamilia yako si watoto wa Mungu, familia yako haiwezi kuishi kama familia milele. Mahusiano ya kifamilia yanakoma baada ya kifo. Ikiwa hawamwamini Yesu Kristo au hawaishi kwa kufuata mapenzi ya Mungu hata kama wanadai kuwa wanamwamini watakwenda Jehanamu kwa sababu mshahara wa dhambi ni mauti. (Mathayo 7:21).

Mwili wako unaoonekana hurudi na kuwa mavumbi baada ya kifo lakini roho yako haifi. Ikiwa Mungu ataitoa roho yako utakuwa maiti na utaoza haraka sana. Mungu Muumba alimuumba mtu wa kwanza kutokana na mavumbi na kumpulizia pumzi ya uhai puani mwake, hivyo roho yake ikawa ni roho inayoishi milele. Ni Mungu anayezaa roho yako inayodumu milele na kuumba mwili unaorudi na kuwa mavumbi. Hivyo ndiye Baba yako halisi.

Mathayo 23:9 inatwambia "Wala msimwite mtu baba duniani; maana Baba yenu ni mmoja, aliye wa mbinguni." Hii haimaanishi kuwa hupaswi kuwapenda ndugu wa familia yako ambao si waamini. Ni muhimu sana kwamba unawapenda kwa dhati, unawahubiri injili na kuwaongoza kumpokea Yesu Kristo.

4. Eloi, Eloi, Lama Sabaktani??

Yesu alisulubiwa msalabani saa tatu, na kuanzia saa sita giza liliifunika dunia yote mpaka saa tisa wakati alipokata roho. Tukizileta saa hizo kwa kutumia saa zetu leo, basi alisulubishwa saa tatu asubuhi, na saa tatu baadaye giza nene liligubika dunia hadi saa tisa adhuhuri.

Na ilipokuwa saa sita, palikuwa na giza juu ya nchi yote, hadi saa tisa. Na saa tisa Yesu akapaza sauti yake kwa nguvu, Eloi, Eloi, lama sabakthani? Maana yake, Mungu wangu, Mungu wangu, mbona umeniacha? (Marko 15:33-34).

Saa sita baadaye, yaani saa tisa, Yesu alimlilia Mungu na kusema, "Eloi, Eloi, lama Sabaktani?" Ni neno la mwisho la Yesu akiwa pale msalabani.

Yesu alikuwa amechoka, kwa kuwa alikuwa ametundikwa msalabani kwa saa sita akivuja damu na maji wakati wa jua kali la jangwani. Alikuwa amechoka sana. Kwa nini sasa alimlilia Mungu?

Kila neno kati ya maneno yote saba ya Yesu akiwa msalabani

yalikuwa na maana za kiroho. Ikiwa yasingesikiwa, yasingekuwa na maana. Maneno saba yalidhamiriwa kuandikwa katika Biblia kwa uwazi ili kila mtu aweze kuyaelewa mapenzi ya Mungu.

Kwa hiyo, alilia na kutamka maneno saba kutoka msalabani kwa nguvu zake zote ili waliokuwa wameuzunguka msalaba waweze kusikia na kuyaandika.

Baadhi ya watu husema Yesu alimlilia Mungu kwa kupaza sauti, kwa sababu alikuja katika mwili na kupata mateso makali bila sababu yoyote. Hata hivyo madai haya si ya kweli kabisa.

Kwa nini Yesu Alipaza Sauti na Kusema , "Eloi, Eloi, Lama Sabachthani?"

Sababu iliyomfanya Yesu aje duniani ilikuwa kuharibu kazi za ibilisi na kufungua mlango wa wokovu kwa ajili yetu.

Hivyo Yesu aliyatii mapenzi ya Mungu mpaka kwa kiwango cha kufa na hivyo akajitoa yeye Mwenyewe. Kabla ya kusulubiwa kwake, aliomba kwa bidii na jasho lake lilikuwa kama matone ya damu yalipoanguka ardhini (Luka 22:42-44). Aliubeba mzigo wake, akijua mateso atakayoyapitia msalabani.

Alivumilia kejeli na mateso msalabani kwa sababu aliujua mpango wa Mungu kwa ajili ya wanadamu. Ingewezekanaje Yesu achukie kifo chake? Kupaza kwake sauti haikuwa ishara ya maombolezo au njia ya kumwaibisha Mungu. Yesu alikuwa na sababu ya kufanya hivyo.

Kwanza, Yesu alitaka kuutangazia ulimwengu kuwa alikuwa anateswa ili kuwakomboa wenye dhambi wote kutoka dhambini

Yesu alitaka kila mtu aelewe kuwa aliuacha utukufu wake mbinguni na hakusikilizwa na Mungu ijapokuwa alikuwa Mwana pekee wa Mungu. Alitaka kila mtu ajue kuwa alikuwa katika mateso makali sana msalabani ili kuwaokoa na kuwakomboa wenye dhambi. Biblia inaonyesha kuwa alizoea kumwita Mungu "Baba yangu," lakini alipokuwa msalabani alimwita, "Mungu wangu." Hii ni kwa sababu aliubeba msalaba kwa niaba ya wenye dhambi ambao hawawezi kumwita Mungu "Baba."

Kwa wakati huo, Mungu alimwona Yesu kama mwenye dhambi aliyezibeba dhambi zote za wanadamu na Yesu hakuthubutu kumwita Mungu "Baba." Kwa njia hiyo hiyo unamwita Mungu "Abba, Baba" unapokuwa na upendo wa dhati kwake, lakini mwite "Mungu" badala ya "Baba" unapokuwa mbali na Mungu unapotenda dhambi au unapokuwa na imani dhaifu.

Mungu anawataka watu wote wawe watoto Wake halisi wanaoweza kumwita "Baba" kwa kumkubali Yesu Kristo na kutembea nuruni.

Pili, Yesu alitaka kuwaonya watua wasiojua mapenzi ya Mungu na waliokuwa bado wanaishi gizani.

Mungu alimtuma Mwanawe wa Pekee, Yesu Kristo hapa

duniani na akaruhusu adhihakiwe na kusulubiwa na viumbe wake Yeye mwenyewe. Yesu alijua kwa nini Mungu alimpuuza Mwanawe lakini umati wa watu uliokuwa pale haukuyajua mapenzi ya Mungu. Aliipaza sauti "Mungu Wangu, Mungu Wangu, mbona umeniacha?" ili watu wasioelewa wauelewe upendo wa Mungu na watubu ili waurudie wokovu.

5. Nasikia Kiu

Kuna unabii mwingi sana kuhusu mateso ya Yesu msalabani katika Agano la Kale. Zaburi 69:21, inasema, "Wakanipa uchungu kuwa chakula changu; Na nilipokuwa na kiu wakaninywesha siki." Kama ilivyoelezwa kabla katika Zaburi, Yesu aliposema, "Ninasikia kiu," watu waliitumbukiza sifongo katika siki wakaiweka kwenye mti wa hisopo na wakamwekea Yesu mdomoni.

Baada ya hayo Yesu, hali akijua ya kuwa yote yamekwisha kumalizika ili andiko litimizwe, akasema, Naona kiu. Kulikuwako huko chombo kimejaa siki; basi wakatia sifongo iliyojaa siki juu ya ufito wa hisopo, wakampelekea (Yohana 19:28-29).

Kabla Yesu hajazaliwa katika mji wa Bethlehemu, Mwandishi

wa Zaburi aliona katika maono kuwa Yesu atasulubiwa na kufa msalabani, na kuliandika jambo hili. Yesu alisema, , "Ninasikia kiu" ili andiko litimie.

Hebu tuchunguze maana ya kiroho ya neno la Tano la Yesu akiwa msalabani, "Nasikia Kiu."

Yesu Aeleza Kiu Yake ya Kiroho

Watu wengi wanaweza kuvumilia njaa lakini si kiu. Yesu alikuwa amechoka sana kwa sababu alikuwa amepigiliwa kwenye msalaba kwa muda wa saa sita na alivuja damu kwenye jua kali la jangwani. Kiu aliyokuwa nayo ilikuwa katika kiwango cha hali ya juu sana. Hii si kusema kuwa Yesu alishindwa kuvumilia kiu yake aliposema, "Nasikia kiu." Alijua atarudi kwa Mungu kwa amani muda mfupi uliokuwa mbele yake.

Kusema kweli, alikuwa na kiu kubwa ya kiroho kuliko kiu ya kimwili. Na hiyo ndiyo hamu kubwa ya Yesu kwa watoto wa Mungu: "Nina kiu kwa sababu nimemwaga damu yangu. Poza kiu yangu kwa kuilipa damu Yangu."

Miaka elfu mbili imepita tangu Yesu alipokufa msalabani, lakini bado anatwambia kuwa ana kiu. Kiu yake ilitokana na kuvuja damu yake. Alivuja damu yake ili akusamehe na kukupa uzima wa milele.

Yesu anakwambia ana kiu ili kukuonyesha jinsi anavyopenda

kuokoa nafsi zilizopotea. Hivyo watoto wa Mungu waliookolewa kwa damu ya Yesu ndio malipo ya damu ya Yake.

Namna unavyoweza kuilipia damu yake na kupoza kiu yake ni kuwachukua watu wanaoelekea Jehanamu bila kujua na kuwaelekeza kwenda mbinguni. Hivyo, ni lazima umshukuru Yesu aliyeimwaga damu yake na sasa poza kiu yake kwa kuwaelekeza watu katika njia ya wokovu.

6. Imekwisha

Katika Yohana 19:30, Yesu alipoionja ile siki akasema, "Imekwisha" na akainamisha kichwa chake na kukata roho. Yesu aliionja siki kwenye mti wa hisopo. Alifanya hivyo kwa sababu alikuwa na kiu sana. Ipo maana ya kiroho kwa tendo hili. Sababu ya Yesu kuja katika mwili katika ulimwengu huu ilikuwa asulubiwe masalabani kwa ajili ya dhambi za wanadamu. Kwa upendo wake mkuu kwetu, Yesu aliitimiza sheria ya Agano la Kale na kizibeba dhambi na laana za wanadamu wote kwa niaba yao. Wakati wa Agano la Kale, watu walimtolea Mungu dhabihu za damu ya wanyama walipotenda dhambi. Hata hivyo Yesu, alitoa dhabihu moja kwa ajili ya dhambi kwa wakati mmoja kwa kumwaga damu yake (Waebrania 10:11-12). Hivyo dhambi zako zinasamehewa unapompokea Yesu Kristo kwa sababu tayari amekukomboa. Neema ya ukombozi kupitia Yesu Kristo inamaanisha divai mpya. Na alikunywa siki ili atupe divai mpya.

Maana ya Kiroho ya Neno "Imekwisha"

Yesu alisema, "Imekwisha" na kukata roho. Hii ina maana gani kiroho?

Yesu alifanyika mwili, akaja duniani, akahubiri injili, akaponya magonjwa na madhaifu yote na akafungua njia ya wokovu kwa kuuchukua msalaba kwa ajili ya wale wote waliokusudiwa kifo.

Aliitimisha sheria ya Agano la Kale kwa upendo alipojitoa Yeye mwenyewe hata kifo kama dhabihu. Alimshinda pia ibilisi katika mambo yote na akaharibu kazi yake. Hii ni kumaanisha kuwa aliukamilisha mpango wa kiungu wa wokovu kwa wanadamu. Ndiyo sababu Yesu alisema, "Imekwisha" pale msalabani. Mungu anawataka watoto wake watimize kila kitu kwa kuishi kwa kufuata mapenzi Yake kama ambavyo Mwanawe mmoja na wa pekee Yesu alivyoyatimiza majaliwa ya wokovu kwa kumtii Baba kwa kiwango cha kuyatoa maisha yake ili kuutimiza mpango na mapenzi ya Mungu.

Hivyo, ni lazima kwanza uuige moyo wa Bwana kwa kupata upendo wa kiroho: ukizaa matunda ya Roho Mtakatifu (Wagalatia 5:22-23) na kuzikamilisha Heri (Matthayo 5:3-10).

Unatakiwa kuwa mwaminifu kwa kazi uliyopewa na Bwana. Ni lazima uwalete watu wengi kwa Bwana katika kuomba kwa bidii, kuihubiri injili na kulitumikia kanisa. Ninatumaini kuwa kila mmoja wenu, ninyi watoto wa thamani wa Mungu, mtaushinda ulimwengu kwa imani thabiti, mkiitarajia mbingu na upendo kwa Mungu, na kukiri kuwa, "Imekwisha" kwa kumtii Mungu na mapenzi Yake kama Bwana Yesu Kristo alivyotuonyesha.

7. Baba, Mikononi Mwako Naiweka Roho Yangu

Wakati Yesu alipokuwa akitamka neno Lake la mwisho pale msalabani, Yesu alikuwa amechoka sana. Katika hali hii, Yesu alipaza sauti yake na kusema, "Baba mikononi mwako, naiweka roho Yangu."

Yesu akalia kwa sauti kuu, akasema, Ee Baba, mikononi mwako naiweka roho yangu. 47 Alipokwisha kusema hayo alikata roho (Luka 23:46).

Unaweza kugundua kuwa Yesu alimwita Mungu "Baba" badala ya "Mungu Wangu." Hii inadhihirisha kuwa Yesu alikwisha ikamilisha kazi aliyoijia ulimwenguni kama dhabihu ya upatanisho.

Yesu Aliikabidhi Roho na Nafsi Yake kwa Mungu

Kwa nini Yesu, aliyekuja duniani kama Mwokozi wetu, aikabidhi roho na nafsi Yake mikononi mwa Baba yake?

Mtu ana roho, nafsi na mwili (1 Wathesalonike 5:23). Anapokufa, roho na nafsi yake huuacha mwili wake. Roho na nafsi yake hurudi kwa Mungu ikiwa ni mtoto wa Mungu. Vinginevyo, roho na nafsi yake vitakwenda kuzimu (Luka 16:19-31). Mwili wake huzikwa na kurudi mavumbini.

Yesu, Mwana wa Mungu, alifanyika mwili na kuja ulimwenguni. Alikuwa na roho, nafsi na mwili kama tulivyo. Aliposulubishwa na kutolewa kama dhabihu, mwili Wake ulikufa lakini si nafsi na roho Yake; aliikabidhi roho na nafsi Yake mikononi mwa Mungu.

Unapokufa, Mungu hupokea vyote - roho na nafsi. Ikiwa Mungu anapokea roho tu lakini si pamoja na nafsi, hautapata furaha ya kweli mbinguni au hutakuwa na shukrani kutoka moyoni mwako. Kwa sababu hautakumbuka vitu vinavyotoka katika nafsi yako kama machozi, huzuni, mateso na mambo mengine uliyoyavumilia hapa duniani. Hii ndiyo sababu Mungu hupokea roho na nafsi pia.

Kwa nini basi, Yesu aliikabidhi nafsi na roho yake kwa Mungu? Ni kwa sababu Mungu ni Muumba, anayetawala kila kitu katika mbingu na ulimwenguni na anayatunza maisha yako pamoja na kifo, laana na baraka zako. Hii ni kusema kuwa, kila kitu ni cha Mungu na kiko chini ya mamlaka Yake. Mungu tu ndiye anayejibu maombi yako. Hivyo Yesu mwenyewe alitakiwa aombe ili aikabidhi roho na nafsi yake kwa Mungu Baba (Mathayo 10:29-31).

Yesu Aliomba kwa Kupaza Sauti

Kwa nini Yesu aliomba kwa kupaza sauti ijapokuwa alikuwa katikati ya mateso makubwa, akasema, "Baba, mikononi mwako naiweka roho Yangu"?

Hii ni kwa sababu alitaka watu wasikie ili wajue kuwa kuomba kwa sauti ni mapenzi ya Mungu. Maombi yake ya kuikabidhi roho yake kwa Mungu yalikuwa ya dhati kama yale ya Gethsemane muda mfupi kabla ya kukamatwa.

Pia, ombi la Yesu, "Baba, mikononi mwako naiweka roho Yangu," linathibitisha kuwa Yesu alitimiza kila kitu kwa kufuata mapenzi ya Mungu. Na sasa angeweza kuikabidhi roho yake kwa Mungu kwa ujasiri baada ya kuikamilisha kazi yake kwa utiifu mwingi kwa Mungu.

Mtume Paulo alikiri kwa kusema, "Nimevipiga vita vilivyo vizuri, mwendo nimeumaliza, Imani nimeilinda; baada ya hayo nimewekewa taji la haki, ambayo Bwana, mhukumu mwenye haki, atanipa siku ile; wala si mimi tu, bali na watu wote pia waliopenda kufunuliwa Kwake." (2 Timotheo 4:7-8).

Shemasi Stefano aliishi pia kwa kuyafuata mapenzi ya Mungu

na aliishikilia imani. Ndiyo sababu aliweza kuomba akasema, "Bwana Yesu, Pokea roho yangu" alipokuwa akikata roho (Matendo 7:59). Mtume Paulo na Stefano wasingeweza kuomba kwa namna hii ikiwa waliishi maisha ya kidunia, kwa kutafuta starehe zinazotokana na utashi wa asili ya dhambi.

Hata wewe, unaweza kusema kwa ujasiri, "Imekwisha" na "Baba, mikononi mwako naiweka roho yangu," kama Yesu alivyofanya, utakapokuwa umeishi kwa kufuata mapenzi ya Mungu Baba tu.

Nini Kilitokea Baada ya Kifo cha Yesu?

Yesu alikufa msalabani baada ya kutamka maneno yake ya mwisho kwa sauti. Ilikuwa saa tisa mchana. Ijapokuwa ulikuwa mchana, giza liliifunika dunia tangu saa sita mpaka saa tisa na pazia la Hekalu lilipasuka vipande viwili. (Luka 23:44-45).

Na tazama, pazia la hekalu likapasuka vipande viwili toka juu hadi chini; nchi ikatetemeka; miamba ikapasuka; makaburi yakafunuka; ikainuka miili mingi ya watakatifu waliolala; nao wakiisha kutoka makaburini mwao, baada ya kufufuka kwake, wakauingia mji mtakatifu, wakawatokea wengi (Matthayo 27:51-53).

Kuna maana ya muhimu ya kiroho katika maneno, "pazia la

hekalu lilipasuka vipande viwili toka hadi chini." Pazia refu la Hekalu lilikuwa linatenga kati ya Patakatifu na Patakatifu pa Patakatifu. Hakuna aliyeruhusiwa kuingia Patakatifu isipokuwa kuhani na kuhani mkuu peke yake ndiye aliyeruhusiwa kuingia Patakatifu pa Patakatifu mara moja kwa mwaka.

Kupasuka kwa pazia la hekalu kunaonyesha kuwa Yesu alijitoa Yeye Mwenyewe kama sadaka ya amani ili kuvunja ukuta wa dhambi. Kabla ya kupasuka kwa pazia katika vipande viwili, kuhani mkuu ndiye aliyetoa sadaka za dhambi kwa niaba ya watu na yeye ndiye aliyewapatanisha na Mungu.

Unaweza kuwa na uhusiano wa moja kwa moja na Mungu kwa sababu ukuta wa dhambi umevujwa kupitia kifo cha Yesu. Hii ni kusema kuwa, kila anayemwamini Yesu Kristo anaweza kuingia patakatifu, akamwabudu na kumwomba Mungu bila ya upatanishi wa kuhani mkuu au nabii.

Ndiyo sababu mwandishi wa Waebrania anasisitiza kwa kusema, "Basi, ndugu, kwa kuwa tuna ujasiri wa kupaingia patakatifu kwa damu ya Yesu, njia ile aliyotuanzia iliyo mpya, iliyo hai, ipitayo katika pazia, yaani, mwili wake" (Waebrania 10:19-20).

Kwa kuongezea, kulitokea tetemeko la ardhi lililopasua miamba. Matukio haya yasiyo ya kawaida yanadhihirisha wazi kwamba kila kitu katika ulimwengu huu kilitikisika. Mungu alitumia njia hii kuonyesha huzuni yake iliyosababishwa na uovu wa wanadamu. Mungu alionyesha kuwa aliumizwa sana kwa sababu moyo wa mwanadamu ulikuwa mgumu sana kumpokea Yesu Kristo ijapokuwa alimtoa Mwanawe wa Pekee ili kuwaokoa.

Makaburi yalifunguka na miili ya watakatifu wengi waliokufa ilifufuliwa. Ni ushahidi wa ufufuo kuwa kila anayemwamini Yesu Kristo anasamehewa na kuishi tena.

Hivyo ninategemea kuwa umeelewa maana za kiroho na upendo wa Bwana katika maneno Yake saba ya mwisho akiwa msalabani ili uweze kuishi maisha ya Kikristo yaliyojaa ushindi ukitarajia kuja kwa Bwana ambaye ndiye mwanzilishi wa imani.

Sura ya 8

Imani ya Kweli na Uzima wa Milele

1. Siri kuu namna gani!
2. Maungamo ya Uongo Hayaelekezi Kwenye Wokovu
3. Nyama na Damu ya Mwana wa Adamu
4. Msamaha kwa Kutembea Nuruni Tu
5. Imani Inayoambatana na Matendo ni Imani ya Kweli

"Aulaye mwili wangu na kuinywa damu yangu anao uzima wa milele; nami nitamfufua siku ya mwisho. Kwa maana mwili wangu ni chakula cha kweli, na damu yangu ni kinywaji cha kweli. Aulaye mwili wangu na kuinywa damu yangu hukaa ndani yangu, nami hukaa ndani yake. Kama vile Baba aliye hai alivyonituma mimi, nami ni hai kwa Baba; kadhalika naye mwenye kunila atakuwa hai kwa mimi. ."

Yohana 6:54-57

Lengo kuu la kumwamini Yesu Kristo na kuhudhuria ibada kanisani ni kuokolewa na kupata uzima wa milele. Hata hivyo watu wengi hudhani kuwa wataokolewa kwa wenda kanisani siku za Jumapili na kusema wanamwamini Yesu Kristo tu, bila kuishi kufuatana na Neno la Mungu. Kama Biblia inavyosema katika Wagalatia 2:16, "Lakini tukijua ya kuwa mwanadamu hahesabiwi haki kwa matendo ya sheria, bali kwa imani ya Kristo Yesu; sisi tulimwamini Kristo Yesu ili tuhesabiwe haki kwa imani ya Kristo, wala si kwa matendo ya sheria; maana kwa matendo ya sheria hakuna mwenye mwili atakayehesabiwa haki," huwezi kuingia mbinguni au kuhesabiwa haki kwa kufuata sheria kwa nje, na moyo wako ukiwa umejaa uovu. Huwezi kuwa na uhusiano na Yesu Kristo, ikiwa unaendelea kutenda dhambi na hulifuati Neno la Mungu hata baada ya kuwa umejifunza na kulijua.

Kwahiyo unapaswa kujua kuwa ni vigumu kwako kuokolewa kwa kukiri imani yako tu kwa midomo yako. Damu ya Yesu Kristo hukusafisha kutokana na dhambi zako ili uokolewe pale tu unapotembea katika nuru na kuishi katika kweli. Unapaswa kuwa na imani ya kweli inayoendana na matendo. (1 Yohana 1:5-7).

Sasa, hebu tujifunze kwa kina namna ya kuwa na imani ya kweli ili kupata wokovu kamili na uzima wa milele kama watoto halisi wa Mungu.

1. Siri kuu namna gani!

Waefeso 5:31-32 inasema, "Kwa sababu hiyo mtu atamwacha baba yake na mama yake, ataambatana na mkewe na hao wawili watakuwa mwili mmoja. Siri hiyo ni kubwa; ila mimi nanena habari ya Kristo na kanisa."

Ni jambo linalojulikana wazi kuwa watu wanapokua huwaacha wazazi wao na wakaungana na wake na waume zao. Kwa nini, sasa, Mungu alisema kuwa jambo hili ni siri kuu? Ukiifasiri na kuuelewa mstari huu kwa juu juu, hutaelewa "siri hii kuu" ni nini, lakini ikiwa utaelewa maana ya kiroho iliyobebwa hapa, utafurahi.

"Kanisa" hapa linawakilisha watoto wa Mungu waliojazwa Roho Mtakatifu. Mungu alifananisha uhusiano wa Yesu Kristo na waamini na ule wa mwanaume na mwanamke wanapoungana.

Unawezaje kuuacha ulimwengu na kuungana na Bwana harusi Yesu Kristo?

Ukimpokea Yesu Kristo kwa Imani

Tangu mtu wa kwanza Adamu alipotenda dhambi kwa kutomtii Mungu, dhambi iliingia katika ulimwengu huu. Wazaliwa wake wote wakawa watumwa wa dhambi na watoto wa adui ibilisi anayetawala juu ya dunia hii.

Kabla hujampokea Yesu Kristo ulikuwa wa ulimwengu huu na adui ibilisi, aliye na nguvu katika ulimwengu huu wa giza. Hili limethibitishwa na Yohana 8:44, inayosema, "Ninyi ni wa baba yenu, Ibilisi, na tamaa za baba yenu ndizo mpendazo kuzitenda. Yeye alikuwa mwuaji tangu mwanzo; wala hakusimama katika kweli, kwa kuwa hamna hiyo kweli ndani yake. Asemapo uongo, husema yaliyo yake mwenyewe; kwa sababu yeye ni mwongo, na baba wa uongo," na 1Yohana 3:8, inayosema, "atendaye dhambi ni wa Ibilisi; kwa kuwa Ibilisi hutenda dhambi tangu mwanzo. Kwa kusudi hili Mwana wa Mungu alidhihirishwa, ili azivunje kazi za Ibilisi."

Unapompokea Yesu Kristo kama Mwokozi wako na kuja nuruni, unapata mamlaka kama mtoto wa Mungu na unakuwa huru na dhambi, kwa sababu dhambi zako zinasamehewa kupitia damu ya Yesu Kristo.

Ikiwa unaamini kuwa Yesu Kristo alikukomboa kutoka dhamini kwa kuubeba msalaba Wake, Mungu amekupa Roho Mtakatifu kama zawadi na Roho Mtakatifu anazaa roho katika moyo wako. Roho Mtakatifu hukwambia na anakufundisha mapenzi ya Mungu kwa ajili yako ili uenende na uishi katika kweli.

Ndipo unakuwa mtoto wa Mungu unayeongozwa na Roho wa Mungu, na unamwita, "Abba Baba" (Warumi 8:14-15), na unaurithi ufalme wa mbinguni.

Ni jambo la ajabu na la kustaajabisha kwambo watoto wa ibilisi ambao ilikuwa waanguke katika mauti ya milele wamekuwa watoto wa Mungu na ambao sasa wanaongozwa kwenda mbinguni kwa imani!

Unapoungana na Yesu Kristo kwa kumwamini, Roho Mtakatifu huingia katika moyo wako na kuungana na mbegu ya uhai. Mungu alimuumba mwanadamu wa kwanza kutokana na mavumbi na kumpulizia puani mwake pumzi ya uhai. Pumzi ya uhai ndiyo mbegu ya uhai, uhai wenyewe. Hivyo, haiwezi kufa na imepitishwa kwa vizazi vingi kupitia shahawa na mbegu za kibinadamu kutoka kizazi kimoja hadi kingine. Mbegu hii ya uhai imefunikwa na moyo. Baada ya Mungu kumuumba Adamu, alipanda ujuzi wa maifa, ujuzi wa roho katika moyo wake.. Namna ambavyo mtoto aliyezaliwa anapaswa kujifunza mambo yaliyomo ulimwenguni ili kuwa mtu wa utamaduni na tabia na asihi kama mwanadamu, kiumbe anahitaji ujuzi wa maisha ili awe kiumbe halisi aliye hai ijapokuwa tayari yeye mwenyewe ni kiumbe.

Hapo mwanzo Adamu alijazwa na ujuzi wa roho tu, ambao ni kweli. Alipoacha kumtii Mungu, mawasiliano yake na Mungu yalikatika. Na alianza kupoteza ujuzi wa roho kidogo kidogo na uongo (kutokuwa mkweli) ukaanza kuchukua nafasi katika moyo wake. Kuanzia wakati huo, moyo uliojaa kweli tu ukaanza kuwa na sehemu mbili : kweli na uongo. Kwa mfano, Adamu alikuwa na upendo moyoni mwake, lakini adui ibilisi akapanda hali ya kutokuipenda kweli ndani yake kunaoitwa chuki. Matokeo yake kama unavyoona katika Mwanzo sura ya nne, Kaini aliyezaliwa baada ya Adamu kutenda dhambi, alimwua mdogo wake kwa sababu ya husuda na wivu.

Kadri muda ulivyosonga, sehemu nyingine ilianza kuonekana katika roho yake, iliyojaa ukweli na uongo. Sehemu hiyo inaitwa "asili." Wewe ulirithi sifa na tabia kutoka kwa wazazi wako. Unatunza unachoona, kusikia na kujifunza ukiwa na hisia katika akili yako. Vitu hivi viwili huumba "asili" katika kutafuta ukweli.

Mara nyingi asili hii huitwa "dhamiri," na hii huumbika kiutofauti kutegemeana na aina ya watu unaokutana nao, aina ya vitabu unavyosoma na aina ya mazingira uliyokulia. Kwa mfano, wanapoangalia tukio moja au mtu mmoja, baadhi ya watu wanaweza kusema, "ni baya" na wengine wanaweza kusema, "Ni zuri" au "Ni jambo jema."

Kwa hiyo, unapouchunguza moyo wa mtu, kuna sehemu ya kweli inayomilikiwa na Mungu na sehemu ya uongo-isiyo ya kweli aliyopewa na shetani na asili ya mtu iliumbika kama matokeo ya sehemu hizi mbili.

Roho Mtakatifu Huungana na Mbegu ya Uhai Katika Moyo wa Mtu

Katika mazingira ya adamu, sehemu hizi tatu ziliizingira mbegu ya uhai aliyowekwa na Mungu katika moyo wake. Hali hii ni pale ambapo Neno la Mungu "Hakika Utakufa" lilitimilika Adamu alipokula tunda la mti wa ujuzi wa mema na mabaya. Ijapokuwa kuna mbegu ya uhai, haina tofauti na iliyokufa ikiwa haifanyi kazi.

Kwa mfano, unapopanda mbegu shambani, mbegu zote hazioti kwa sababu zingine huwa tayari zimekufa na mbegu zilizo hai huota.

Ndivyo ilivyo hata kwa wanadamu. Ikiwa mbegu ya uhai iliyotolewa na Mungu imekufa kabisa, haiwezi kufufuka na hakuna haja kwa Mungu kumwandaa Yesu Kristo kwa ajili ya wokovu wa wanadamu au kuumba mbingu na Jehanamu.

Hata hivyo, mbegu ya uhai aliyopewa mwanadamu Mungu alipompulizia pumzi ya uhai ni ya milele. Unapoipokea injili, mbegu ya uhai hufufuka; urahisi wa kuipokea injili utategemea ukubwa wa mbegu ya uhai ndani yako. Kila anayeusikia ujumbe wa msalaba na kumpokea Yesu Kristo anampokea Roho Mtakatifu. Na wakati huu ndipo ambapo mbegu ya uhai iliyo ndani yako inaungana na Roho Mtakatifu.

Kinyume chake ni kuwa, watu wenye dhamiri ngumu kama chuma cha moto injili haina nafasi katika mioyo yao kwa sababu moyo wa uongo umeifunika na kuziba kabisa mbegu ya uhai katika mioyo yao. Mbegu ya uhai iliyokuwa katika hali ya kufa, hupata nguvu ya kufanya kazi yake inapoungana na nguvu kuu ya Mungu, yaani Roho Mtakatifu.

Kuwa Mtu wa Roho

Kadri unavyohudhuria ibada, unavyolijua Neno la Mungu na kuomba, neema na nguvu ya Mungu hukujia na kukuwezesha kufuata asili ya Roho Mtakatifu.

Kwa kufuata utaratibu huu, moyo na roho yako vinakuwa kitu kimoja kadri moyo wako unavyokuwa wa kweli zaidi kwa kuondoa uongo ndani yake na kujaza ukweli. Ikiwa moyo wa mtu umejaa kabisa ujuzi wa roho na kweli, moyo wake ndiyo roho yenyewe kama ilivyokuwa kwa Adamu mtu wa kwanza.

Hata kama utaonekana mtu mwaminifu, utatenda kwa kufuata asili yako ikiwa wewe si mwombaji. Roho Mtakatifu ndani yako hawezi kuzaa roho na huku bado u mtu wa mwilini. Zaidi ya hayo, hutaweza kufuata asili ya Roho Mtakatifu ikiwa hutashinda mawazo na hoja zako mwenyewe. Usipofanya hivyo, hata ukiomba kwa bidii au kwa muda mrefu itakuwa ni kazi bure. Hivyo huwezi kubadilishwa na kuwa mtu wa rohoni.

Roho Mtakatifu hukuwezesha kufikiri kwa kufuatana na kweli ndani ya moyo wako. Hii ni kusema kuwa, unaishi kwa kufuata matamanio ya Roho Mtakatifu. Shetani naye anafanya kazi vivyo hivyo ili kukupeleka katika njia ya maangamizo kwa kukushawishi kufuata mawazo ya kibinadamu kwa kadri ambavyo huna ukweli ndani ya moyo wako. Kwa hiyo, unatakiwa kuondoa mawzo ya kibinadamu na hali ya kujiona mwenye haki inavyosema katika 2 Wakoritho 10:5 kwamba, "tukiangusha mawazo na kila kitu kilichoinuka, kijiinuacho juu ya elimu ya Mungu; na tukiteka nyara kila fikira ipate kumtii."

Unapolitii Neno la Mungu, kwa kusema, "Ndiyo" na kufuata matakwa ya Roho Mtakatifu, moyo wako unajazwa na ukweli tu, na ndipo unaweza kuwa mtu wa kiroho aliyetakaswa.

Unaweza Kupokea Kila Unachoomba

Unaunganika na Bwana unapotupilia mbali uongo au hali ya kutokuwa mkweli, unavunja "kujihesabia haki" kwa kumzaa roho kwa kutumia Roho Mtakatifu na kuusafisha moyo wako kuwa safi kama ule wa Bwana wako Yesu Kristo.

Mwanaume na mwanamke huwa mmoja katika mwili na kumzaa mtoto kwa muunganiko wa mbegu ya kiume na yai la kike. Vivyo hivyo unapotoka katika ulimwengu na kuwa mmoja na Yesu Kristo, bwana harusi wako kwa kumkubali, utazaa roho kwa kupitia Roho Mtakatifu na utapokea baraka tele za kuwa mtoto wa Mungu.

Kama inavyosema katika Warumi 12:3, kuna kipimo cha imani na unajibiwa kutegemea na vipimo hivi. Katika 1 Yohana 2:12 na mistari inayofuata, kukua kwa imani kunalinganishwa na kukua kwa wanadamu.

Wale wanaompokea Yesu Kristo, wanampokea Roho Mtakatifu na kuokolewa, wana imani ya watoto wadogo (1

Yohana 2:12). Wale wanaojaribu kuishi katika kweli kimatendo wana imani ya watoto wadogo (1 Yohana 2:13). Wanapokua zaidi kutoka katika hatua hii na kutumia kweli kimatendo, wanakuwa na imani ya vijana (1 Yohana 2:13). Wakikua zaidi wanakuwa na imani ya watu wazima au wababa (1 Yohana 2:13).

Unaposoma kuhusu Ayubu katika Agano la Kale, Mungu alimtambua kama mtu asiyelaumiwa na mtu wa haki lakini Shetani alipotoa changamoto, Mungu alimruhusu Shetani amjaribu Ayubu. Mwanzoni, Ayubu alisisitiza kuwa yeye ni mwenye haki. Hata hivyo, alikuja kuutambua uovu uliomo ndani yake na kutubu mbele za Mungu pale uovu ulio katika asili yake ulipowekwa wazi na majaribu. Kujitafutia haki alikokuwa nako Ayubu kulipovunjwa na moyo wake kuwa na haki mbele za Mungu, ndipo Mungu alimbariki Ayubu mara mbili zaidi ya alivyokuwa awali.

Vivyo hivyo, ukipata kipimo cha imani ya baba, ambayo ni hatua ya juu kabisa ya imani kwa kuvunja hali yako ya kibinafsi ya kujitafutia haki na ukafanyika mmoja pamoja na Bwana, unaweza kupokea baraka tele kama mtoto wa Mungu. Hiki ndicho Mungu amekuahidi katika 1 Yohana 3:21-22: "Wapenzi, mioyo yetu isipotuhukumu, tuna ujasiri kwa Mungu; na lolote tuombalo, tunalipokea kwake, kwa kuwa tunazishika amri zake, na kuyatenda yapendezayo machoni pake."

Unaweza Kufurahia Baraka Kama Mtoto wa Mungu

Kwa njia hii, utafanyika mmoja na Yesu Kristo katika kiwango ambacho utakuwa mtu wa kiroho. Utapokea pia baraka ya kufanyika mmoja na Mungu kadri unavyotimiza haki ya Mungu. Katika Yohana 15:7 Yesu alikuahidi kuwa "Ninyi mkikaa ndani yangu, na maneno yangu yakikaa ndani yenu, ombeni lolote mtakalo nanyi mtatendewa ." Pia katika Yohana 17:21, alitwambia "Wote wawe na umoja; kama wewe, Baba, ulivyo ndani yangu, nami ndani yako; hao nao wawe ndani yetu; ili ulimwengu upate kusadiki ya kwamba wewe ndiwe uliyenituma. "

Hali kadhalika, ukiunganishwa na Bwana kwa kujitoa katika ulimwengu huu unaotawalwa na nguvu za giza za yule ibilisi, unakuwa mmoja na Mungu Baba yako. Katika hili Wagalatia 4:4-7 inasema:

Lakini ulipowadia utimilifu wa wakati, Mungu alimtuma Mwanawe ambaye amezaliwa na mwanamke, amezaliwa chini ya sheria, kusudi awakomboe hao waliokuwa chini ya sheria, ili sisi tupate kupokea hali ya kuwa wana. Na kwa kuwa ninyi mmekuwa wana, Mungu alimtuma Roho wa Mwanawe mioyoni mwetu, aliaye, Aba, yaani, Baba. Kama ni hivyo, wewe si mtumwa tena bali u mwana; na kama u mwana, basi, u mrithi kwa Mungu.

Kama ambavyo watu hurithi mali kutoka kwa wazazi wao, vivyo hivyo, nawe una urithi ufalme wa Mungu unapokuwa mtoto Wake kwa kumpokea Yesu Kristo. Hii ni kusema kuwa watoto wa ibilisi hurithi Jehanamu na watoto wa Mungu hurithi mbingu kutoka kwa Mungu.

Hata hivyo, unatakiwa kujua kuwa wale wasiozaa roho kwa Roho Mtakatifu lazima wataenda Jehanamu kwa sababu mbinguni ni mahali pasafi sana palipojaa kweli na kwamba kadri roho inavyofanikiwa na kuwa karibu na Mungu, ndivyo utakavyopata utukufu wa kukaa karibu na Mungu mbinguni.

Hivyo, ni maombi yangu kuwa utapokea baraka za uzima wa milele kwa kumpokea Yesu Kristo bwana harusi wake na una kuwa mmoja na Bwana Yesu na Mungu Baba kwa kuzitupilia mbali hali zote zisizo za kweli (uwongo) na hali ya kijiona mwenye haki. Kwa njia hii, unaweza kumpa Mungu utukufu wote.

2. Maungamo ya Uongo Hayaelekezi Kwenye Wokovu

Yesu Kristo huwa bwana harusi wako wa kweli anayekuongoza katika njia ya uzima wa milele na kukubariki unapoungana naye kwa imani. Ikiwa utafanana na moyo wa Yesu Kristo bwana harusi wako na kupata imani kamilifu, si tu kuwa utaurithi ufalme wa mbinguni bali utang'aa kama jua huko mbinguni.

Unaposoma Biblia kwa uangalifu, utaona kwamba kuna watu wanaodai kuwa wanamwamini Mungu lakini hawajaokoka. Katika Mathayo 25, kuna mfano wa wanawali kumi. Wanawali watano walioandaa mafuta waliokolewa lakini wengine watano wasio na hekima hawakuokolewa.

Vivyo hivyo, Mungu anakwambia wazi katika Biblia nani anaweza kuokolewa na nani hawezi kuokolewa, ijapokuwa wote wanaweza kudai kuwa wana imani. Ndipo utajua kuwa unapaswa kuishi maisha ya namna gani ili uokolewe.

Inasema wazi katika Mathayo 7:21 kuwa, "Si kila mtu aniambiaye, Bwana, Bwana, atakayeingia katika ufalme wa mbinguni; bali ni yeye afanyaye mapenzi ya Baba yangu aliye mbinguni." Ikiwa unamwita Yesu 'Bwana, Bwana,' inamaanisha unaamini kuwa Yesu ni Kristo. Hata hivyo huwezi kuokolewa kwa kuliita jina la Bwana na kuhudhuria kanisani siku Jumapili pekee.

Watenda Maovu Hawawezi Kuokolewa

Katika Mathayo 13:40-42 Mungu anakwambia kuhusu hukumu kuwa:

Basi, kama vile magugu yakusanywavyo na kuchomwa motoni; ndivyo itakavyokuwa katika mwisho wa dunia. Mwana wa Adamu atawatuma malaika wake, nao watakusanya kutoka katika ufalme wake machukizo yote, na hao watendao maasi, na kuwatupa katika tanuri ya moto, ndiko kutakuwako kilio na kusaga meno.

Mkulima anapovuna, hukusanya ngano au mazao yake ghalani, lakini huchoma makapi kwa moto. Kwa namna hiyo hiyo, Mungu anakwambia kuwa wale wasiotenda sawa mbele za Mungu lazima wataadhibiwa. "Vikwazo vyote" inamaanisha wale wote wanaodai kumwamini Mungu, lakini huwashawishi kaka na dada katika imani na kuwasababishia wapoteze imani. Hivyo, hutaokolewa ikiwa unasababisha watu watende dhambi au kufanya uovu.

Sasa, uovu ni nini? 1 Yohana 3:4 inasema kwamba, "Kila atendaye dhambi, afanya uasi; kwa kuwa dhambi ni uasi."

Kama ambavyo kila nchi ina sheria zake, vile vile kuna sheria ya kiroho katika ufalme wa Mungu pia. Sheria ya ulimwengu wa roho ni Neno la Mungu lililoandikwa katika Biblia. Kila anayekiuka Neno la Mungu anahukumiwa kama ambavyo mtu ye yote anayevunja sheria anahukumiwa kwa mujibu wa sheria. Kwa hiyo, kuvunja sheria ya Mungu ni uovu na dhambi.

Sheria ya Mungu inaweza kugawanywa katika makundi

manne: "fanya," "usifanye," "tunza," na "tupa." Kwa kuwa Mungu ni nuru, huwaambia watoto wake watende yaliyo ya haki, na si kutenda mabaya, bali ni kutimiza wajibu wa mtoto wa Mungu, na kutupa mbali mambo ambayo Mungu hayataki kwa sababu anataka watoto wake waishi katika nuru.

Katika Kumbukumbu 10:12-13 Mungu anatusihi kwa kusema, "Na sasa, Israeli, BWANA, Mungu wako, anataka nini kwako, ila umche BWANA, Mungu wako, na kwenda katika njia zake zote, na kumpenda, na kumtumikia BWANA, Mungu wako, kwa moyo wako wote, na kwa roho yako yote; kuzifuata amri za BWANA na sheria zake, ninazokuamuru leo, upate uheri?" Kwa upande mmoja utapata baraka za Mungu ukilitendea kazi Neno la Mungu, na kwa upande mwingine, uatapata mauti ya milele kutokana na dhambi na uovu ikiwa hutaishi kwa kulifuata Neno Lake.

Kuhusu matendo ya mwili Wagalatia 5:19-21 inasema hivi:

> Basi matendo ya mwili ni dhahiri, ndiyo haya, uasherati, uchafu, ufisadi, ibada ya sanamu, uchawi, uadui, ugomvi, wivu, hasira, fitina, mafarakano, uzushi, husuda, ulevi, ulafi, na mambo yanayofanana na hayo, katika hayo nawaambia mapema, kama nilivyokwisha kuwaambia, ya kwamba watu watendao mambo ya jinsi hiyo hawatauirithi ufalme wa Mungu.

"Ufisadi au uasherati" inamaanisha kila aina ya uzinzi na kutokuwa safi, ikiwa ni pamoja na kufanya mapenzi kabla ya ndoa. "Uchafu" inamaanisha matendo yaliyo kinyume na akili ya kibinadamu yanayotokana na asili ya dhambi.

"Kupenda anasa" ni pale unapoishi kwa kufuata tamaa za mwili kama ufisadi na kuishi kwa maneno na matendo ya uzinzi. "Ubada ya sanamu" ni kuabudu vitu vilivyotengenezwa kwa dhahabu, shaba au vitu vingine au pale unapokipenda kitu kingine kuliko Mungu

"Uchawi" ni kumshawishi au kumlaghai mtu kwa maneno ya uongo au werevu. "Uadui" ni kuwa na hamu ya kuwaharibu wengine, ni kinyume cha upendo. "Ugomvi" inamaanisha kitendo cha kujitahidi kutafuta faida ya kibinafsi na mamlaka. "Wivu" ni kumchukia mtu mwingine kwa sababu unakuwa unahisi kuwa yeye ni bora kuliko wewe. "Hasira" haimaanishi kukasirika tu, lakini pia kuwaumiza wengine kutokana na hasira.

"Fitina" inamaanisha kuanzisha kikundi kingine au tawi na kufuata kazi za Shetani kwa sababu hukubaliani na wengine. "Mafarakano" ni kujitoa na kujitenga kwa kufuata mawazo yako mwenyewe, na si mawazo ya Roho Mtakatifu. "Uzushi" inamaanisha Kumkataa Mungu wa Utatu na Yesu aliyekuja katika mwili, akamwaga damu yake ili kuwakomboa wanadamu na akawa Kristo.

"Husuda" ni kuharibu au kufanya matendo ya uharibifu dhidi

ya mtu mwingine kwa sababu ya wivu. "Ulevi" ni kitendo cha kunywa kileo. "Ulafi" inamaanisha si kulewa tu, kuendekeza na kukosa kiasi, lakini pia kushindwa kutimiza wajibu wako kama mke au mume au mzazi.

Kwa kuongezea, "mambo kama hayo" inamaanisha kuwa kuna matendo mengi ya dhambi yanayofanan na haya, na wale wanaofanya haya hawataokolewa.

Dhambi Zinazowapeleka Watu Kwenye Mauti na Dhmabi Zisizo Wapeleka Mautini

Katika ulimwengu huu, "dhambi" ni "dhambi" pale ambapo matokeo ya dhambi hiyo yanapokuwa wazi na madhara yake kwa watu wengine yanapoonekana kupitia ushahidi usio na mashaka. Hata hivyo, Mungu ambaye ni nuru, anatwambia kuwa si tu matendo ya dhambi lakini pia giza lote lililo kinyume na nuru ni dhambi.

Hata kama hayaonekani wala kushuhudiwa, tamaa zote za dhambi katika moyo wako kama vile chuki, husuda, wivu, tamaa, kuwahukumu wengine, kuhukumu, kutowahurumia wengine na kutokuwa mwaminifu ni uovu na dhambi pia.

Ndiyo sababu katika Mathayo 5:28 Mungu anatwambia kuwa, "lakini mimi nawaambia, Kila mtu atazamaye mwanamke kwa kumtamani, amekwisha kuzini naye moyoni mwake" na "Kila amchukiaye ndugu yake ni mwuaji: nanyi mnajua ya kuwa kila mwuaji hana uzima wa milele ukaao ndani yake" (1 Yohana 3:15). Kwa kuongezea Warumi 14:23 inasema, "Lakini aliye na mashaka, kama akila, amehukumiwa kuwa ana hatia, kwa maana hakula kwa imani. Na kila tendo lisilotoka katika imani ni dhambi," na Yakobo 4:17 inasema "Basi yeye ajuaye kutenda mema, wala hayatendi, kwake huyo ni dhambi." Kwa hiyo, unapaswa kutambua kuwa ni dhambi na uasi kutofanya kama Mungu anavyotaka na alivyoagiza. Hata hivyo tujiulize, je watu wote watakufa ikiwa watatenda dhambi hizi? Unapaswa kutambua kuwa ni itachukua hali ya kuishi katika imani ikiwa mtu aliyedanganya mbeleni ataomba na kujitahidi kuwa mkweli. Hata kama hawajaitupilia mbali hali ya kutokuwa waaminifu kwa sababu ya imani yao dhaifu, si kweli kuwa hawataokolewa kwa sababu ya dhambi hii.

1 Yohana 5:16-17 inatwambia kuwa, "Mtu akimwona ndugu yake anatenda dhambi isiyo ya mauti, ataomba, na Mungu atampa uzima kwa ajili ya hao watendao dhambi isiyo ya mauti. Iko dhambi iliyo ya mauti. Sisemi ya kwamba ataomba kwa ajili ya hiyo. Kila lisilo la haki ni dhambi, na dhambi iko isiyo ya mauti."

Kwa jumla dhambi zimegawanyika katika makundi mawili: zinazompeleka mtu kwenye mauti na zisizopeleka mtu kwenye mauti. Wanaotenda dhambi zisizopeleka mtu kwenye mauti wanaweza kuokoka ukiwatia moyo, ukawaombea na kuwasaidia kutubu dhambi zao. Mtu akitenda dhambi inayompeleka kwenye mauti, hawezi kuokoka hata ukimwombea.

Watu wanaochukuliwa kuwa waaminifu wakati mwingine hudanganya ili wafaidike kwa vitu fulani, au hufanya mambo mengi ya udanganyifu hata kama mambo hayo hayawadhuru watu wengine. Utakuja kutambua kuwa ulikuwa mtenda dhambi wakati unapoujua na kuutambua ukweli, ijapokuwa ulidhani unaishi maisha ya haki kabla ya kumwamini Mungu. Mungu hakuonyeshi dhambi zinazoweza kuonekana tu lakini pia mawazo maovu katika moyo wako, ambayo yote ni dhambi.

Matendo yote mabaya ni dhambi na mshahara wa dhambi ni mauti. Hata hivyo, Yesu Kristo amekusamehe dhambi zako zote ulizotenda huko nyuma, za sasa na za baadaye kwa kumwaga damu Yake pale msalabani. Kuna dhambi zinazoweza kusamehewa kwa damu ya Yesu unapotubu na kuziacha kabisa. Hizi ni dhambi zisizompeleka mtu kwenye mauti.

Ikiwa hutatubu lakini unaendelea kutenda dhambi, dhamiri itakufa ganzi. Na mwishowe hutaweza kupokea roho ya toba ukitenda dhambi inayompeleka mtu kwenye mauti. Hivyo dhambi zako haziwezi kusamehewa hata ukijaribu kutubu. Sasa, hebu tuangalie aina tatu ya dhambi inayompeleka mtu kwenye mauti: kumkufuru Roho Mtakatifu, kumdhalilisha Mwana wa Mungu kila mara na kuendelea kutenda dhambi kwa kupenda.

Kumkufuru Roho Mtakatifu

Kuna mambo matatu katika kumkufuru Roho Mtakatifu. Unamkufuru Roho Mtakatifu unapozungumza kinyume na Roho Mtakatifu, unapoipinga kazi ya Roho Mtakatifu na unapomdhalilisha Roho Mtakatifu.

Kwa sababu hiyo nawaambia, Kila dhambi na kila neno la kufuru watasamehewa wanadamu, ila kwa kumkufuru Roho hawatasamehewa. Naye mtu yeyote atakayenena neno juu ya Mwana wa Adamu atasamehewa, bali yeye atakayenena neno juu ya Roho Mtakatifu hatasamehewa katika ulimwengu wa sasa, wala katika ule ujao (Mathayo 12:31-32).

Na kila mtu atakayenena neno juu ya Mwana wa Mtu atasamehewa, bali aliyemkufuru Roho Mtakatifu hatasamehewa (Luka 12:10).

Kwanza, "kuzungumza kinyume na wengine" ni kuwavunja mioyo na kudhalilisha kazi zao. "Kuzungumza au Kusema kinyume cha Roho Mtakatifu" ni kujaribu kuzuia au kukwaza utimilifu wa ufalme wa Mungu kwa kuvuruga kazi za Roho Mtakatifu kwa kufuata matakwa na mawazo yako binafsi. Kwa mfano, ni kuzungumza kinyume cha Roho Mtakatifu unapopinga kazi ya Mungu kwa sababu haiendani na fikra zako ijapokuwa ni kazi ya Roho Mtakatifu.

Unapomhukumu mtumishi wa Mungu kuwa mzushi ambapo kwa hakika si mzushi na unazuia kazi ya Roho Mtakatifu, ni dhambi mbaya sana mbele za Mungu ambayo haiwezi kusamehewa. Hivyo ni lazima uwe na uwezo wa kutofautisha roho kutokana na ukweli. Ni dhahiri kuwa unapaswa kuwatahadharisha watu na lazima usiruhusu tabia zao ikiwa wanataka kuwapa wengine roho chafu au ikiwa ni wazi kuwa mbele za Mungu ni wazushi. Tito 3:10 inasema, "Mtu aliye mzushi, baada ya kumwonya mara ya kwanza na mara ya pili, tengana naye."

Watu wengi wanayahukumu makanisa mengi siku za leo kuwa ni ya kizushi au hata kuwatesa kwa namna nyingi, na ni makanisa yanayomkubali na kumtambua Mungu na kazi nyingi za Roho Mtakatifu, hufanyika katika makanisa hayo. Lakini kwa kuwa watu wanayaona kuwa ni ya kizushi kwa kuwa watu hawa hawawezi kuzitofautisha roho. Ijapokuwa wanadai kuwa wanamwamini Mungu, hawana ufahamu wa kutosha wa kibiblia kuhusiana na uzushi. Wakati mwingine hawajui hata fasili ya uzushi. Katika suala la kutesa wengine kutokana na kukosa elimu sahihi, ikiwa watu wanatubu na kubadilika, wanaweza kusamehewa. Hata hivyo, ikiwa wataharibu kazi za Mungu wakiwa na malengo yenye uovu na wivu huku wakijua kuwa ni kazi ya Roho Mtakatifu, hawawezi kusamehewa.

Unaweza kuona mfano wa hili katika Biblia. Katika marko 3, Yesu alipofanya muujiza na ishara, waliomwonea wivu na wakasambaza uvumi kuwa ni kichaa. Uvumi huo ulienea kwa kasi sana kiasi kwamba hata familia yake walikuja kumchukua.

Walimu wa sheria na Mafarisayo walimkosoa Yesu wakisema, "Nao waandishi walioshuka kutoka Yerusalemu wakasema, Ana Beelzebuli, na, Kwa mkuu wa pepo huwatoa pepo'" (Marko 3:22). Walikuwa na ujuzi na elimu ya kutosha kuhusu Neno la Mungu. Waliijua sheria vizuri na waliwafundisha watu na bado waliipinga kazi ya Mungu kutokana na wivu na husuda zao kwa Yesu.

Pili, "Kupinga Kazi ya Roho Mtakatifu" ni kuipinga sauti ya roho Mtakatifu aliyetolewa na Mungu, au kuhukumu na kulaani kazi za Roho Mtakatifu na kujaribu kuwadhuru watu wengine. Kwa mfano, kusambaza uvumi au kutengeneza nyaraka kwa kughushi au kumhukumu mchungaji au kanisa kuwa ni la "kizushi" mahali ambapo kazi za Roho Mtakatifu zinaonekana ukiwa na lengo la kuvuruga mikutano ya uamsho ni kusema kinyume cha Roho Mtakatifu. Sasa, je "Yeyote atakaye sema neno kinyume na Mwana wa Adamu, hatasamehewa" ina maanisha nini? Katika mstari huu "Mwana wa Adamu" inamwakilisha Yesu aliyekuja kama mwanadamu kabla hajasulubishwa msalabani.

Kusema kinyume na Mwana wa Adamu inamaanisha ni

kumdharau Yesu, kwa kumjua na kumtambua kama mtu wa kawaida tu kwa sababu alikuja katika mwili. Kutoweza kumtambua Yesu kama Mwokozi kunatokana na kukosa ufahamu. Katika hali hii, utasamehewa na unaweza kuokolewa ikiwa utatubu kwa dhati na kumkubali Bwana.

Hivyo, ukitenda dhambi hii bila kujua ukweli au kabla hujampokea Roho Mtakatifu, Mungu anakupa nafasi ya kutubu na kusamehewa. Lakini, ukimdharau na kumpinga Bwana huku unajua kuwa Yesu ni nani, ni lazima utambue kuwa huwezi kusamehewa kwa hili kwa sababu ni sawa na kumkufuru na kupinga kazi za Roho Mtakatifu.

Tatu, maana nyingine ya kukufuru ni kutweza vitu vilivyo safi, vya kiungu na vitakatifu. Pia, kukufuru kinyume cha Roho Mtakatifu inamaanisha kumtweza Roho Mtakatifu, Roho wa Mungu, na uungu wa Mungu. Ni dhambi ya kuitweza nguvu ya milele na uungu wa Mungu ukikashifu kazi za Roho Mtakatifu, kwa kusema ni kazi za Shetani, au ukisisitiza kuwa jambo fulani ni kazi ya Roho Mtakatifu wakati sivyo. Kuhubiri ukweli kuwa si kweli, kudai jambo lisilo la kweli kuwa ni la kweli na kuhukumu yaliyo ya kweli kama vile ni ya kizushi yote haya ni "kumkufuru Roho Mtakatifu."

Zamani ikiwa mtu alikamatwa akiwa anatamka maneno yaliyo kinyume au anamkufuru mfalme, ilichukuliwa kuwa ni uhaini na mtu huyo alinyongwa.

Ukikufuru kinyume na uungu mtakatifu wa Mungu, aliye mwenyezi na ambaye hawezi kulinganishwa na mfalme ye yote wa ulimwengu huu, huwezi kusamehewa.

Hata Yesu, ambaye kwa asili yake ni Mungu na alikuja ulimwenguni katika mwili, hakumhukumu mtu ye yote. Ikiwa bado unawahukumu ndugu na zaidi unazitweza kazi zinazofanywa na Roho Mtakatifu, unatenda dhambi kubwa. Ikiwa una hofu na unamcha Mungu, huwezi kupinga, kukufuru wala kumtweza Roho Mtakatifu.

Hivyo, ni lazima utambue kuwa dhambi hizi haziwezi kusamehewa katika ulimwengu huu na ujao na usitende dhambi hizi. Hata kama umewahi kutenda dhambi hizi huko nyuma, unapaswa kuitafuta neema ya Mungu na utubu kwa dhati.

Kumdhalilisha Mwana wa Mungu

Dhambi hii hukufanya umsulubishe na kumdhalilisha hadharani tena Mwana wa Mungu kama inavyoelezwa katika Waebrania 6:4-6:

Kwa maana hao waliokwisha kupewa nuru, na kukionja kipawa cha mbinguni, na kufanywa washirika wa Roho Mtakatifu, na kulionja neno zuri la Mungu, na nguvu za wakati ujao, wakaanguka baada ya hayo, haiwezekani kuwafanya upya tena hata wakatubu; kwa kuwa wamsulubisha Mwana wa Mungu mara ya pili kwa nafsi zao, na kumtweza hadharani kwa dhahiri (Waebrania 6:4-6).

Watu wengine huacha kanisa na kumwacha Mungu na kuingia katika vishawishi vya ulimwengu huu na kuangukia katika kumtweza Mungu ijapokuwa walimpokea Roho Mtakatifu, wanajua kuwa kuna Mbingu na Jehanamu na wanaamini katika neno la kweli. Tunasema wanatenda dhambi ya kumsulubisha na kumdhalilisha tena Mwana wa Mungu. Watu wa namna hii si tu kwamba wanatenda dhambi nyingi zinazoendeshwa na Shetani, lakini pia wanamktaa Mungu na wanalitesa na kulidhalilisha kanisa na waamini.

Wamezikabidhi dhamiri zao kwa Shetani, hivyo mioyo yao inakuwa imejaa giza. Hivyo wanaweza wasitake hata kutubu kabisa na hawana roho wa toba. Hawana nafasi ya kutubu na kwa hiyo hawawezi kusamehewa.

Yuda Iskariote alitenda dhambi hii. Alikuwa mmoja wa wanafunzi 12 wa Yesu. Alishuhudia miujiza na ishara nyingi, lakini akawa mbinafsi na kumwuza Yesu kwa vipande thelathini vya fedha. Baadaye dhamiri yake iliteseka na akajilaumu sana, lakini roho ya toba haikumjia Yuda. Dhambi zake hazikusamehewa na mwishowe alijiua kwa sababu aliteseka sana kwa kosa alilofanya. (Mathayo 27:3-5).

Kuendelea Kutenda Dhambi kwa Kupenda

Dhambi ya mwisho inayompeleka mtu mautini ni kuendelea kutenda dhambi kwa kupenda baada ya kuijua kweli.

Maana, kama tukifanya dhambi kusudi baada ya kuupokea ujuzi wa ile kweli, haibaki tena dhabihu kwa ajili ya dhambi; bali kuna kuitazamia hukumu yenye kutisha, na ukali wa moto ulio tayari kuwala wao wapingao (Waebrania 10:26-27).

"Kuendelea kutenda dhambi kwa kupenda baada ya kupata ujuzi wa kweli" inamaanisha kurudia kutenda mambo ambayo Mungu hasamehi. Pia inamaanisha kwamba huko ni kutenda dhambi, huku ukijua kuwa ni dhambi kama katika 2 Petro 2:22, "Lakini imetukia kwao sawasawa na ile mithali ya kweli, Mbwa ameyarudia matapiko yake mwenyewe, na nguruwe aliyeoshwa amerudi kugaagaa matopeni. Kwa upande mmoja, Daudi, aliyempenda Mungu sana, alipozini, dhambi nyingi zilizaliwa na zikafanya mmoja wa askari wake watiifu sana kuuawa. Hata hivyo, nabii Nathani alipomwonyesha dhambi yake, mfalme Daudi alitubu papo hapo.

Kwa upande mwingine, mfalme Sauli aliendelea kutenda dhambi hata baada ya nabii Samweli kumwonya kuhusu dhambi zake. Daudi alitubu na kubarikiwa na Mungu, lakini Sauli alikataliwa kwa sababu hakutubu na aliendelea kutenda dhambi.

Kwa kuongezea, Balaamu alikuwa nabii mwenye mamlaka ya kubariki na kulaani, lakini alipokubaliana na ulimwengu huu ili apate utajiri na umaarufu, alipata mabaya.

Roho Mtakatifu aliye ndani ya watu wanaotenda dhambi kwa kupenda kwa hupoa kwa sababu Mungu huwaacha watu hao. Watu hao hupoteza imani zao na kutenda maovu na matendo mabaya kwa kufuata uongozi wa ibilisi. Mwishowe Roho Mtakatifu aliye ndani yao hutoweka kabisa, na hawaweza kusamehewa kwa sababu hawawezi kutubu na majina yao hufutwa kwenye Kitabu cha uzima. (Ufunuo 3:5).

Na kuna watu ambao huendelea kutenda dambi kwa sababu wanamfahamu Mungu kwa elimu tu lakini hawamwamini katika mioyo yao. Dhambi zao zinaweza kusamehewa na wanaweza kuongozwa kwenye wokovu wakitubu kwa dhati na kwa mioyo yao yote na wakawa na imani thabiti.

Kwa hiyo unapaswa kujua kuwa hutaukoka ikiwa utatenda dhambi kwa kupenda ukizibeba kazi za mwili hata kama uliwahi kupata nuru, ukaamini kuwa kuna mbingu na Jehanamu, na ukaonja neema ya Mungu.

Ninategemea pia kuwa utaelewa kwa undani ya kuwa dhambi ni uasi na ni giza na kwamba Mungu anazichukia hata kama baadhi yazo hazimwelekezi mtu kwenye mauti. Tafadhali hakikisha unakuwa muumini mwenye busara na asiyetenda dhambi ya aina yo yote.

3. Mwili na Damu ya Mwana wa Adamu

Ili uweze kuwa na afya bora ni lazima ule chakula na vinywaji bora. Kwa namna hiyo hiyo, ili uwe na afya ya kiroho na kuupata uzima wa milele ni lazima ule nyama na damu ya Mwana wa Adamu. Sasa, utaenda kujifunza kuhusu nyama na damu ya Mwana wa Adamu, na kwa nini ni lazima ule nyama Yake na uinywe damu Yake ili uupate uzima wa milele kufuatana na andiko hili kutoka katika Yohana 6:53-55:

Basi Yesu akawaambia, Amin, amin, nawaambieni, Msipoula mwili wake Mwana wa Adamu na kuinywa damu yake, hamna uzima ndani yenu. Aulaye mwili wangu na kuinywa damu yangu anao uzima wa milele; nami nitamfufua siku ya mwisho. Kwa maana mwili wangu ni chakula cha kweli, na damu yangu ni kinywaji cha kweli."

Nyama ya Mwana wa Adamu ni nini?

Katika Biblia Yesu anakwambia kuhusu siri za mbinguni na mapenzi ya Mungu kwa kutumia mifano mingi. Ni vigumu kwa watu wanaoishi katika ulimwengu wenye mitazamo mitatu kuyaelewa na kuyatambua mapenzi ya Mungu anayeishi katika mitazamo minne na zaidi. Ndiyo sababu Yesu aliyafananisha mambo ya mbinguni na vitu visivyoishi kama mimea, wanyama, na akaishi katika ulimwengu huu ili atusaidie kuelewa mapenzi ya Mungu.

Ndiyo sababu Yesu, Mwana pekee wa Mungu anafananishwa na mwamba na nyota vitu visivyo na kipimo, kwa mzabibu wenye kipimo kimoja, kwa mwanakondoo mwenye vipimo viwili na kwa Mwana wa Adamu mwenye vipimo vitatu- kuonekana kwa mitazamo mitatu. Yesu anaitwa Mwana wa Adamu, hivyo nyama au mwili wa Mwana wa Adamu ni Mwili wa Yesu.

Yohana 1:1 inatwambia kuwa, "Hapo mwanzo kulikuwako Neno, naye Neno alikuwako kwa Mungu, naye Neno alikuwa Mungu." Na Yohana 1:14 inasema kuwa "Naye Neno alifanyika mwili, akakaa kwetu; nasi tukauona utukufu wake, utukufu kama wa Mwana pekee atokaye kwa Baba; amejaa neema na kweli."

Yesu ndiye aliyekuja katika ulimwengu huu katika mwili kama Neno la Mungu. Hivyo mwili wa Mwana wa Adamu ni Neno la Mungu, ambayo ndiyo kweli na kula mwili au nyama ya Mwana wa Adamu ni kujifunza Neno la Mungu katika Biblia.

Jinsi ya Kula Mwili wa Mwana wa Adamu

Katika Kutoka 12:5 na mistari inayofuata, Yesu anaonyeshwa kama "Mwanakondoo":

Mwana-kondoo wenu atakuwa hana dosari, wa kiume wa mwaka mmoja; mtamtwaa katika kondoo au katika mbuzi. Nanyi mtamweka hata siku ya kumi na nne ya mwezi ule ule; na kusanyiko lote la mkutano wa Israeli watamchinja jioni. Nao watatwaa baadhi ya damu yake na kuitia katika miimo miwili na katika kizingiti cha juu, katika zile nyumba watakazomla.

Kwa ujumla, waamini wengi hudhani kuwa mwanakondoo inamanaisha waamini wapya, lakini unaposoma Biblia kwa uangalifu unaona kuwa mwanakondoo ni alama ya Yesu. Katika Yohana 1:29, Yohana Mbatizaji alipomwona Yesu akienda kwake alisema, "Tazama, Mwana-kondoo wa Mungu, aichukuaye dhambi ya ulimwengu!" Na katika 1Petro 1:18-19 mtume Petro anamwelezea Yesu kama Mwanakondoo kwa kusema, "Nanyi mfahamu kwamba mlikombolewa si kwa vitu viharibikavyo, kwa fedha au dhahabu; mpate kutoka katika mwenendo wenu usiofaa mlioupokea kwa baba zenu; bali kwa damu ya thamani, kama ya mwana-kondoo asiye na dosari wala waa, yaani, ya Kristo." Si mistari hii tu, bali vifungu vingi vinamlinganisha Yesu na Mwanakondoo.

Kwa nini Biblia inamlinganisha Yesu na Mwanakondoo? Kondoo ni myama mpole na mtiifu kuliko wanyama wote wanaofugwa. Huitambua sauti ya mchungaji wake na kumtii. Hakuna mtu anayeweza kumdanganya kondoo hata kama ukiigiza sauti ya mchungaji wake. Kutokana na kondoo watu hupata sufu nyeupe, maziwa, nyama na sehemu zote za mwili wake watu huzitumia kwa matumizi mbalimbali. Kama ambavyo kondoo hutoa kila sehemu ya mwili wake kwa wanadamu, Yesu aliyatii mapenzi ya Mungu kwa usahihi na kutoa kila kitu kwa ajili yetu.

Yesu alikuja katika ulimwengu huu katika mwili ijapokuwa kwa asili yake ni Mungu, akahubiri injili ya mbinguni, akaponya magonywa na udhaifu mwingi na akasulubiwa. Yesu aliacha kila kitu ili akukomboe kutoka dhambini.

Yesu analinganishwa na kondoo kwa sababu tabia na matendo yake yanafanana na ya kondoo mpole, na kula mwanakondoo inamaanisha kula mwili wa Yesu, kula nyama ya Mwana wa Adamu.

Inakuwaje sasa ule mwili au nyama ya Mwana wa Adamu? Hebu tuangalie Kutoka 12:9-10 inayotoa maelekezo yafuatayo:

Msiile mbichi, wala ya kutokoswa majini, bali imeokwa motoni; kichwa chake pamoja na miguu yake, na nyama zake za ndani. Wala msisaze kitu chake chochote hata asubuhi, bali kitu kitakachosalia hata asubuhi mtakichoma kwa moto.

Kwanza, usile Neno la Mungu Likiwa Bichi

Inamaanisha nini inaposema kula nyama ya Mwana wa Adamu ikiwa "mbichi?"

Kwa ujumla si vizuri kula nyama mbichi. Ukila nyama mbichi, unaweza kupata virusi au bakteria na ukaugua. Katika namna hiyo hiyo, Mungu anakwambia usile Neno la Mungu likiwa bichi maana lina machara.

Neno la Mungu limeandikwa kwa uvuvio wa Roho Mtakatifu, hivyo ni lazima ulile na ulifanye kuwa chakula chako kwa uvuvio wa Roho Mtakatifu. Itakuwaje ukitafsiri Neno la Mungu kwa juu juu au kirahisi rahisi? Pengine hautaelewa au utaelewa vibaya malengo ya Mungu. Kwa hiyo "Neno la Mungu bichi" inamaanisha kuitafsiri kijuu juu au kirahisi rahisi Biblia.

Kama Yohana 1:1 inavyosema kuwa "Neno alikuwa Mungu," Biblia ina moyo na mapenzi ya Mungu na kila kitu kitatimizwa kufuatana na Neno hili.

Neno la Mungu linatueeza namna tunavyoweza kufika mbinguni. Ni lazima ulielewe Neno la Mungu kwa ukamilifu ili upate uzima wa milele. Lakini mtu wa mwilini hawezi kuuona au kuuelewa ulimwengu wa kiroho.

Ni sawa na mdudu anayetambaa chini huku akijua kuna anga. Ni sawa na kuku kutojua kuwa kuna ulimwengu nje anapokuwa katika yai lake. Ni sawa na mtoto kutojua kitu chochote anapokuwa bado tumboni mwa mama yake.Vivyo hivyo, unapokuwa katika ulimwengu huu wa kimwili, huwezi kujua kitu chochote kuhusu ulimwengu wa roho.

Mungu anakwambia kuwa kuna ulimwengu mwingine zaidi ya huu unaoonekana kwa macho ya mwili. Kama ambavyo kifaranga cha kuku lazima kivunje yai lake, nawe pia ni lazima uvunje mawazo yako ya kimwili ili uuelewe na kuingia katika ulimwengu wa roho.

Kwa mfano, Matthayo 6:6 inasema, "Bali wewe usalipo, ingia katika chumba chako cha ndani, na ukiisha kufunga mlango wako, usali mbele za Baba yako aliye sirini; na Baba yako aonaye sirini atakujazi." Ikiwa ungeutafsiri mstari huu kwa juu juu, daima ungekuwa unasali au kuomba ukiwa chumbani mwako. Hata hivyo huwezi kumwona mtangulizi ye yote wa imani anayeomba kwa siri chumbani mwake. Yesu hakuomba akiwa chumbani mwake lakini alikuwa milimani akiomba usiku kucha (Luka 6:12), na mahali pasipokuwa watu asubuhi na mapema (Marko 1:35).

Kwa kuongezea Danieli aliomba mara tatu kwa siku akiwa amefungua madirisha kuelekea Yerusalemu (Danieli 6:10) na mtume Petro aliomba akiwa kwenye paa au dari (Matendo 10:9).

Sasa, inamaanisha nini Yesu aliposema, "Ingia kwenye

chumba chako cha ndani, funga mlango na uombe"?

Kiroho "chumba" inamaanisha moyo wa mtu. Kuingia chumba cha ndani kunamaanisha kuondoa mawazo na fikra zako na kuingia ndani kabisa ya moyo wako, kama ambavyo ungepita sebuleni au chumba cha kulala na kwenda katika chumba cha ndani zaidi. Hapo tu ndipo unaweza kuomba kwa moyo wako wote.

Unapoingia kwenye chumba chako cha ndani, unakuwa umetengwa na nje. Vivyo hivyo unapoomba, unatakiwa kuzuia mawazo, wasiwasi na masuala yoyote yasiyo ya lazima kisha unaomba kwa moyo wako wote.

Kwa hiyo, hutakiwi kula nyama ya Mwana wa Adamu ikiwa mbichi. Hupaswi kulitafsiri Neno la Mungu kwa juu juu. Hii ni kusema kuwa unapaswa kulitafsiri Neno la Mungu kwa uvuvio wa Roho Mtakatifu. Pili,

Usile Neno la Mungu Lililopikwa (au Kutokoswa) Kwenye Maji.

Inaposema "Msile nyama iliyopikwa au kuchemshwa katika maji"? Hii inamaanisha kuwa hatutakiwi kuongeza kitu chochote katika Neno la Mungu, lakini tunapaswa kulila kama lilivyo.

Si jambo zuri kuhubiri Neno la Mungu na kulichanganya na siasa, masimulizi ya kijamii au methali za kuvutia au kuingiza habari za kihistoria za watu maarufu.

Mungu, aliyeumba mbingu na nchi na anayetawala maisha ya wanadamu na kifo, baraka na laana ni mweza wa yote na hapungukiwi kitu.

1 Wakoritho 1:25 inasema, "Kwa sababu upumbavu wa Mungu una hekima zaidi ya wanadamu, na udhaifu wa Mungu una nguvu zaidi ya wanadamu." Hii inadhihirisha wazi kuwa hata wenye hekima sana na watu maarufu hawawezi kulinganishwa na Muungu. Huwezi kuhubiri kila kitu kilichomo ndani ya Biblia katika maisha yako yote. Sasa, unawezaje kuchanganya maneno ya watu na Neno la Mungu unapotoa ujumbe wa Mungu? Maneno au semi za watu hubadilika kadri muda unavyokwenda. Hata kama kuna ukweli ndani yake, yamekwisha semwa katika Biblia, na yamesemwa kwa kutumia hekima ya Mungu.

Kwa hiyo kipaumbele chako cha kwanza kinapaswa kuwa Neno halisi la Mungu katika kufundisha Biblia. Ni wazi kuwa unaweza kutumia baadhi ya mifano au michoro ili watu walielewe Neno la Mungu na siri za ulimwengui wa roho kwa urahisi zaidi.

Unapaswa kutambua kuwa Neno la Mungu pekee ndilo la milele na ukweli mkamilifu unaokupeleka kwenye uzima wa milele. Hivyo hupaswi kula Neno Lake kama limechemshwa, kutokoswa au kupikwa kwenye maji.

Tatu, Lazima Ule Neno la Mungu Lililookwa kwenye Moto

Neno la Mungu linaposema "imeokwa motoni, kichwa chake pamoja na miguu yake, na nyama zake za ndani" inamaanisha nini? (Kutoka 12:9) Inamaanisha kuwa unapaswa kulifanya Neno la Mungu, ambalo ndiyo mwili wa Mwana wa Adamu, chakula chako chote cha kiroho bila kuacha kitu.

Kwa mfano, baadhi ya watu hutilia shaka ukweli kuwa Musa aliigawa Bahari ya Shamu. Baadhi ya watu hawathubutu hata kusoma kitabu cha Walawi kwa sababu ni vigumu kuelewa dhabihu katika Agano la Kale. Baadhi ya watu husema kuwa ni vigumu kuamini miujiza aliyoitenda Yesu na wanadhani kuwa miujiza hiyo iliwezekana kutokea miaka 2000 iliyopita. Wanaacha mambo ambayo ni vigumu kuendana na fikra za kibinadamu na wanajaribu kujikita katika masuala au maadili ya kibinadamu tu.

Hawajali hata kuweka katika fahamu zao maneno kama "Mpende adui yako," au "Jiepushe na kila aina ya uovu" kwa sababu maneno haya huonekana kuwa magumu kuyatii. Je inawezekana kwao kuokolewa?

Kwa hiyo, usiwe kama wajinga wanaochukua mambo na vitu wanavyovitaka tu kutoka katika Biblia. Unapaswa kula maneno yote katika Biblia yakiwa yameokwa kwenye moto kuanzia kitabu cha Mwanzo mpaka Ufunuo wa Yohana.

Inamaanisha nini basi, kula Neno la Mungu "lililookwa kwenye moto"? Moto huu ni moto wa Roho Mtakatifu. Unapaswa kujaa na kuvuviwa na Roho Mtakatifu unaposoma na kusikia Neno la Mungu kwa sababu limeandikwa kwa uvuvio wa Roho Mtakatifu. Vinginevyo ni ujuzi tu na si chakula kilichovuviwa.

Ili kula Neno la Mungu lililookwa kwenye moto, unapaswa kuomba kwa bidii. Maombi hutumika kama mafuta ili kuwa chanzo cha ukamilifu wa Roho Mtakatifu. Ukila Neno la Mungu kwa uvuvio wa Roho Mtakatifu, ni tamu kuliko asali. Huwezi kuchoka hata kama ibada ni ndefu sana, kwa kuwa ni la thamani na utapenda kusikiliza Neno la Mungu kama ayala mwenye kiu anayetafuta kijito cha maji.

Hii ndiyo namna ya kula Neno la Mungu likiwa limeokwa kwenye moto. Ni kwa namna hii tu ndiyo unaweza kulielewa Neno la Mungu, ukalifanya kuwa nyama yako ya kiroho, yatambue na kuyafuata mapenzi ya Mungu. Hivi ndivyo unavyozaa roho kupitia Roho Mtakatifu, ikuze imani yako na irudishe sura ya Mungu kwa kutafuta wajibu wa wanadamu.

Hata hivyo wale wanaokula Neno la Mungu kwa mawazo yao wenyewe bila kulioka kwenye moto husikia kama vile Neno la Mungu linakera, na hawawezi kulikumbuka kwa sababu wanalisikiliza wakiwa watupu na hivyo ni vigumu kwao kukua kiroho.

Nne, Usiliache Neno la Mungu Mpaka Asubuhi

Inaposema "Msisaze kitu chake chochote hadi asubuhi, bali kitu kitakachosalia hata asubuhi mtakichoma kwa moto" Inamaanisha nini?

Inamanaisha kuwa unapaswa kula mwili au nyama ya Mwana wa Adamu usiku. Ulimwengu unaoishi kwa sasa ni ulimwengu wa giza unaotawaliwa na ibilisi, na unaweza kuelezewa kiroho kama usiku au wakati wa usiku. Bwana wetu atakapokuja tena, giza lote litapotea na kila kitu kitarejeshwa. Itakuwa asubuhi, yaani ulimwengu wenye mwanga. Hivyo, "msisaze kitu chake chochote mpaka asubuhi" inamaanisha kuwa unapaswa kujifunza Neno la Mungu ili ujiandae kama bibi harusi wa Bwana wetu kabla hajarudi.

Kwa kuongezea, upende usipende, kurudi kwa Bwana kumekaribia, unaishi miaka sabini au themanini tu, na hujui lini utakutana na Bwana. Mpaka utakapokutana na Bwana, unakua kiroho kwa kiwango ambacho unakula nyama au mwili na kunywa damu ya Mwana wa Adamu. Hivyo unapaswa kujifunza kwa bidii Neno la Mungu na kukua kiroho.

Ikiwa una imani ya baba kwa kuendelea kukua kiroho,

utapata utukufu kama jua linalong'aa karibu na kiti cha enzi cha Mungu katika ufalme Wake kwa sababu unamjua Mungu ambaye tangu mwanzo, amestawisha matunda tisa ya Roho Mtakatifu na Heri zote, na utafanana na Mungu.

Kunywa Damu ya Mwana wa Adamu

Ili uendelee kuwa na afya, ni lazima ule chakula na unywe maji pia. Usipokunywa maji, chakula hakiwezi kumeng'enywa na unaweza kufa. Chakula kinapoingia tumboni, kikachanganyikana na maji, ndipo kinameng'enywa, virutubisho huchukuliwa na kuingizwa mwilini na uchafu hutolewa.

Vivyo hivyo, unapoula mwili wa Mwana wa Adamu, na ikiwa hutakunywa damu Yake, chakula hicho hakiwezi kusagwa. Kwa hiyo, unaweza kuupata uzima wa milele kwa kula mwili wa Mwana wa Adamu pamoja na damu Yake.

"Kunywa damu ya Mwana wa Adamu" ni kulitendea kazi Neno la Mungu kwa imani. Unapolisikia Neno la Mungu, ni muhimu sana kulitendea kazi kikamilifu na hii ndiyo imani. Haina faida kusikia na kulielewa Neno la Mungu kisha usilitendee kazi.

Namna ambayo virutubisho hufyonzwa mwilini na makapi hutolewa unapokula na kumeng'enya chakula, ndivyo ambavyo Neno la Mungu, yaani kweli, linavyofyonzwa na uongo kutolewa unapotenda kwa kulifuata Neno la Mungu ili kusafisha moyo wako.

"Ukweli uliofyonzwa" na "Uongo uliotupwa au kutolewa nje" inamaanisha nini? Tuseme umelisikia Neno la Mungu linalosema, "Msichukiane bali pendaneni." Ukilifanya kuwa chakula chako na ukalitendea kazi, kirutubisho kinachoitwa upendo hufyonzwa na uchafu au makapi yanayoitwa chuki hutolewa. Moyo wako unakuwa safi na mkweli moja kwa moja kutokana na kuondoa uchafu na mawazo mabaya.

Tenda kwa Kulingana Neno la Mungu Baada ya Kulisikia

Ikiwa hutalitendea kazi Neno la Mungu, hunywi damu ya Mwana wa Adamu. Neno la Mungu litafanyika ujuzi tu ndani yako na hautaokoka ikiwa kulingana na Neno.

Kunywa damu ya Mwana wa Adamu, kutenda kwa kulingana na Neno la Mungu, hakuwezi kufanyika kwa nguvu za kibinadamu tu. Ni lazima uwe na nia na bidii ya kulitendea kazi Neno la Mungu, na hapo utapata neema ya Mungu, nguvu na msaada wa Roho Mtakatifu kwa kuomba kwa bidii.

Kama ungeweza kuondoa dhambi kwa nguvu zako mwenyewe, basi Yesu hangekuwa na haja ya kusulubiwa na Mungu hakuwa na haja ya kumtuma Roho Mtakatifu. Yesu Kristo alisulubiwa ili kukusamehe dhambi zako kwa sababu huwezi kutatua tatizo la dhambi wewe mwenyewe, na hivyo Mungu amemtuma Roho Mtakatifu akusaidie kukusafisha moyo wako ulio mchafu.

Roho Mtakatifu, Roho wa Mungu huwasaidia watoto wa Mungu kuishi katika kweli na haki. Kwa hiyo, kwa msaada wa Roho Mtakatifu, watoto wa Mungu wanapaswa kuishi kama Neno la Mungu linavyotaka wakiziondoa dhambi zao na kupokea upendo na baraka za Mungu.

4. Msamaha kwa Kutembea Nuruni Tu

Kusema kuwa unakula mwili na kunywa damu ya Mwana wa Adamu, inamaanisha unatembea katika nuru na kutenda kulingana na Neno la Mungu. Sasa, hili linamaanisha nini? Ni lazima uwe na tabia za nuruni. Unapokula mwili wa Mwana wa Adamu, ukaumeng'enya na kuufanya moyo wako kuwa safi unaliacha giza na kuwa mtu wa nuruni. Unapotenda nuruni, damu ya Bwana inazisafisha dhambi zako za zamani, za sasa na za baadaye.

Hata kama una dhambi ambazo hazijaondoka bado, unapotubu kwa moyo wako wote mbele za Mungu, dhambi zako zinaweza kusamehewa kwa neema ya Mungu. Wale ambao kwa hakika wanamwamini Mungu na wanajaribu kutimiza haki katika mioyo yao si wenye dhambi tena bali ni watu wenye haki, na wanaweza kuokolewa na kupata uzima wa milele.

Mungu ni Nuru

1 Yohana 1:5 inasema "Na hii ndiyo habari tuliyoisikia kwake, na kuihubiri kwenu, ya kwamba Mungu ni nuru, wala giza lolote hamna ndani yake."

Mtume Yohana, aliyeandika kitabu cha kwanza cha Yohana alifundishwa moja kwa moja na Yesu aliyekuja katika ulimwengu huu na kuwa nuru kwa ulimwengu na kuwa njia ya kwenda kwa Mungu.

Hivyo, kuhusiana na Yesu Yohana 1:4-5 inasema, "Ndani yake ndimo ulimokuwa uzima, nao ule uzima ulikuwa nuru ya watu. Nayo nuru yang'aa gizani, wala giza halikuiweza" Na katika Yohana 14:6 Yesu alijieleza Yeye mwenyewe aliposema, "Mimi ndimi njia, na kweli, na uzima; mtu haji kwa Baba, ila kwa njia ya mimi" (Yohana 14:6).

Hivyo wanafunzi wa Yesu walishuhudia ukweli kuwa "Mungu ni Nuru" kupitia Yesu, na ujumbe wanaouleta kwako ni kuwa "Mungu ni Nuru."

Kiroho, Nuru ni Kweli

Sasa, "nuru' ni nini? Kiroho, nuru inamaanisha kweli na ni kinyume cha giza.

Katika Waefeso 5:8 Mungu anatwambia kuwa, "Kwa maana zamani ninyi mlikuwa giza, bali sasa mmekuwa nuru katika Bwana; nendeni kama watoto wa nuru." Wale wanaousikia ujumbe kuwa "Mungu ni Nuru" na kujifunza ukweli kutoka kwa Mungu wanaweza kung'ara na kuuangazia ulimwengu huu, kama ambavyo mwanga unaondoa giza. Watoto wa Nuru wanaotenda kwa kufuata kweli huzaa matunda la Nuru. Ndiyo maana katika Waefeso 5:9 inasema, "kwa kuwa tunda la nuru ni katika wema wote na haki na kweli." Upendo wa kiroho unaoelezwa katika 1Wakoritho 13 na tunda la Roho Mtakatifu kama vile upendo, furaha, amani, kiasi, utu wema, upole, ukarimu nk ni matunda ya Nuru.

Kwa hiyo, nuru inamaanisha maneno yote juu ya wema, haki na upendo, kama vile "kupendana, kuomba, kuitunza Sabato, kutii amri kumi za Mungu" ambazo Mungu anakwambia katika Biblia.

Giza la Kiroho ni Dhambi

Giza linamaanisha hali ambapo hakuna nuru au mwanga, na kiroho inamaanisha dhambi.

Mamabo yote ya uongo yaliyo kinyume na kweli ni mambo kama yaliyoandikwa katika Warumi 1:28-29, "Na kama walivyokataa kuwa na Mungu katika fahamu zao, Mungu aliwaacha wafuate akili zao zisizofaa, wayafanye yasiyowapasa.

Wamejawa na udhalimu wa kila namna, uovu na tamaa na ubaya; wamejawa na husuda, na uuaji, na fitina, na hadaa; watu wa nia mbaya, wenye kusengenya." Haya yote ni giza.

Biblia inakwambia uyaache mambo yote ya gizani kama wizi, uuaji, uzinzi na kila aina ya uovu.

Kwa upande mmoja watu wengine hudai kuwa ni watoto wa Mungu, hata kama hawamtii kwa yale ambayo anawaambia kufanya au yale ambayo anawakataza au anataka wayatupilie. Giza limetawaliwa na adui ibilisi na Shetani na ni la ulimwengu huu, hivyo haliwezi kukaa pamoja na mwanga. Ndiyo sababu wale waenendao katika giza wanaichukia nuru na wanaikimbia.

Kwa upande mwingine, watoto halisi wa Mungu, ambaye ndiye Nuru na ambaye ndiye ambaye kwake hakuna giza, wanapaswa kulikimbia giza na kuenenda katika nuru. Ndipo hapo unapoweza kuwasiliana na Mungu na kila kitu kitakuwa salama katika maisha yako.

Ushahidi wa Kuwa na Ushirika wa kimbinguni na Mungu

Kwa kawaida kuna ushirika wa karibu sana unaotokana na upendo kati ya wazazi na watoto wao. Katika njia hiyo hiyo, ndivyo ilivyo kwako-wewe unayemwamini Yesu Kristo kuwa na ushirika na Mungu ambaye ndiye Baba wa roho yako (1 Yohana

1:3).

Ushirika haumaanishi mmoja kumjua mwenzake bali wote wawili kujuana vyema. Huwezi kusema una ushirika na rais hata kama unajua habari zake nyingi. Ndivyo ilivyo kwa ushirikiano wako na Mungu. Ili kuwa na ushirika halisi na Mungu, unapaswa kumjua Yeye naye akujue na kukutambua.

1 Yohana 1:6-7 inasema, "Tukisema ya kwamba tunashirikiana naye, huku tukienenda katika giza, tunasema uongo, wala hatuifanyi iliyo kweli; bali tukienenda katika nuru, kama yeye alivyo katika nuru, tunashirikiana sisi kwa sisi, na damu yake Yesu, Mwana wake, yatusafisha dhambi yote."

Hii inamaanisha kuwa unakuwa na ushirika na Mungu pale unapofuta dhambi zako na kuishi katika nuru. Ukisema una ushirika na Mungu na ungali bado unatenda na kuishi katika giza, unasema uongo.

Kuwa na ushirika na Mungu inamaanisha kuwa na ushirika wa kweli na wa kiroho, si kuwa tu na ushirika usio wa kimungu kwa kumjua akilini tu. Wewe mwenyewe lazima uwe nuru ili uwe na ushirika na Mungu kwa sababu yeye Mwenyewe ni nuru. Roho Mtakatifu, ambaye ndiye moyo wa Mungu, anakufundisha mapenzi ya Mungu kwa uwazi kiasi kwamba unakaa katika kweli ili uwe na mawasiliano ya ndani kabisa na Mungu unapoomba au kusoma Neno Lake.

Ukitembea Gizani

Utakuwa unadanganya ukidai kuwa una ushirika na Mungu lakini unatembea gizani (unatenda dhambi). Huko si kutembea katika kweli, na mwishowe utaiendea mauti.

Katika 1 Samweli 2, wana wa Eli, kuhani walienenda katika njia za uovu na walitenda dhambi. Eli alipaswa kuwaadhibu, lakini aliwaonya tu kwa kusema, "Kwa nini mnafanya mambo haya? Hampaswi kufanya hivyo."

Mwishowe hasira ya Mungu iliwaangukia. Wana wawili wa Eli walikufa vitani, na Eli alianguka kwa nyuma kutoka kwenye kiti chake pembeni mwa lango; shingo yake ilivunjika na akafa. Hasira ya Mungu iliwaangukia wazaliwa wake pia (1 Samweli 2:27-36, 4:11-22).

Kwa hiyo, kama inavyosema katika Waefeso 5:11-13, "Wala msishirikiane na matendo yasiyozaa ya giza, bali myakemee; kwa kuwa yanayotendeka kwao kwa siri, ni aibu hata kuyanena. Lakini chochote kinachoangazwa na nuru hudhihirishwa, maana chochote kile kilichodhihirika ni nuru."

Akiwapo mtu anayedai kuwa na ushirika na Mungu lakini hatembei katika nuru, mshauri kwa upendo. Ikiwa bado hataki kuja nuruni. Unapaswa kumkaripia ili arejee nuruni na asiiendee njia ya mauti.

Msamaha Kwa Kutembea Nuruni

Kuna sheria katika ulimwengu huu na mtu anapoivunja huadhibiwa kutegemeana na kiwango cha kosa alilotenda. Hata hivyo hawezi kutojisikia hatia katika dhamiri zake kutokana na uharibifu aliokwisha kuutenda hata kama atakuwa amelipa hasara iliyotokea na hata kama ameadhibiwa. Vivyo hivyo, bado una asili ya dhambi moyoni mwako hata ikiwa umempokea Yesu Kristo, dhambi zako zimesamehewa na umehakikishiwa kuwa wewe ni mwenye haki. Kwa hiyo, Mungu anakuamuru uutahiri moyo wako ili usijisikie hukumu katika dhamiri yako kama inavyosema katika Yeremia 4:4 kuwa, "Jitahirini kwa BWANA, mkayaondoe magovi ya mioyo yenu, enyi watu wa Yuda na wenyeji wa Yerusalemu; ghadhabu yangu isije ikatoka kama moto, ikawaka hata mtu asiweze kuizima, kwa sababu ya uovu wa matendo yenu," tohara ya moyo inamaanisha kukata ngozi ya moyo wako.

Kukata ngozi ya moyo wako inamaanisha kufuata yale Mungu anasema katika Biblia kama vile , "Fanya," "Usifanye," "Tunza," au "Tupa mbali." Kwa maneno mengine, kutupilia mbali kila kitu kilicho kinyume na Neno la Mungu kama vile uongo, uovu, kutotenda haki, uasi na giza kwa kusafisha moyo wako na kuujaza kweli.

Kw ahiyo ni lazima ulifanye Neno la Mungu kuwa chakula

chako kwa bidii, ufyonze virutubisho kwa kulifuata na kuutoa uchafu wa ibilisi na uongo ulio wa gizani. Unapoutahiri moyo wako, ndipo unaweza kukua kiroho.

Unapokuwa mtu wa kweli na wa kiroho unayetoa dhambi na uovu kama uchafu katika mwili wako, ndipo utaweza kuwa na ushirika na Mungu. Ndipo damu ya Yesu Kristo itaweza kuzisafisha dhambi zako kwa kuwa unakuwa na ushirika na Mungu.

Hivyo haitoshi tu kwamba umempokea Yesu Kristo na kuhesabiwa mwenye haki, lakini pia ubadilike na kuwa mwenye haki halisi kwa kula mwili, kunywa damu ya Mwana wa Adamu na kuutahiri moyo wako.

5. Imani Inayoambatana na Matendo ni Imani ya Kweli

Kwa mshangao wako, unawaona watu wengi ambao kwa hakika hawaelewi maana ya imani. Wengine husema, "Kwa nini usiende tu kanisani? Bado unaweza kuokolewa."

Ukilisikia Neno la Mungu na kulijua, na usilitendee kazi, imani kama elimu ya kawaida ndiyo itakayo kuwa katika akili yako, na si imani thabiti. Katika namna hii, huwezi kuokolewa. Imani inayotambulika kwa Mungu ni ipi? Unawezaje kuokolewa kwa imani?

Toba ya Kweli Inataka Kuacha Dhambi

1 Yohana 1:8-9 inasema, "Tukisema kwamba hatuna dhambi, tunajidanganya wenyewe, wala kweli haimo ndani yetu. Tukiziungama dhambi zetu, Yeye ni mwaminifu na wa haki hata atuondolee dhambi zetu, na kututakasa na udhalimu wote."

Kutubu dhambi ni nini basi?

Tuchukulie kuwa Mungu anakwambia, "Mashariki ndiko kuna uzima wa milele, hivyo nenda mashariki." Sasa ukiendelea kwenda magharibu na ukasema, "Mungu, nilipaswa kwenda mashariki, lakini ninakwenda magharibi, naomba unisamehe," hii si toba. Huku si kumwamini Mungu, lakini ni kumdhihaki tu. Toba ya kweli inafanyika si kwa kukiri dhambi zako kwa midomo tu lakini pia kwa kuacha dhambi zako moja kwa moja katika matendo yako. Hapo ndipo Mungu huipokea kama toba na kukusamehe.

Kama vile ambavyo utaweza kufa kwa kutokula chakula huku unajua kuwa ni lazima ule ili uendelee kuishi, ndivyo ilivyo ukikiri dhambi zako kwa mdomo wako na usiziache.

Imani Isiyo na Matendo ni Imani Iliyokufa

Katika Yakobo 2:22, inasema, "Waona kwamba imani ilitenda kazi pamoja na matendo yake, na ya kwamba imani ile ilikamilishwa kwa njia ya matendo yale." Mstari wa 26 ineendelea kusema kuwa: "Maana kama vile mwili pasipo roho umekufa, vivyo hivyo na imani pasipo matendo imekufa."

Watu wengi huenda kanisani kwa sababu wamesikia kuwa kuna Mbingu na Jehnamu. Hata hivyo kwa sababu hawakubaliani na ukweli huu katika mioyo yao, wanaendelea kutenda mabaya.

Hii ni imani tu kama elimu na ni imani iliyokufa.

Kwa kuongezea, ukikiri kwa mdomo wako kuwa unaamini na bado unaishi katika dhambi, unawezaje kusema kuwa una imani? Biblia inakwambia kuwa dhambi inayotendwa kwa kukusudia ni dhambi mbaya kuliko dhambi inayotendwa bila kukusudia.

Unapokiri kwa kusema, "Ninaamini" bila matendo, unaweza kudhani kuwa una imani lakini Mungu haitambui hii kuwa ni imani ya kweli.

Waisraeli waliotoka Misri walishuhudia miujiza mingi ya Mungu. Mungu aliigawa Bahari ya Shamu, aliwapa maana na kware na aliwakinga kwa nguzo ya wingi mchana na usiku kwa nguzo ya moto.

Hata hivyo Mungu alipowaamuru kuichunguza nchi ya Kanaani, Yoshua na Kalebu peke yao ndiyo walioamini katika Neno na Nguvu ya Mungu. Matokeo yake Waisraeli wote ambao hawakumtii Mungu kwa sababu hawakuwa na imani ya kutosha kuingia Kanaani, walikaa jangwani kwa miaka arobaini wakijaribiwa na mwishowe wakafa huko.

Ni lazima utambue kuwa haina maana ikiwa huamnini au kutenda kwa kulifuata Neno la Mungu hata kama unashuhudia na kuona kazi nyingi za Mungu. Imani hukamilishwa kwa matendo.

Wanaoitii Sheria tu Ndiyo Waofanywa Kuwa Wenye Haki

Katika Warumi 2:13 Mungu anatwambia kuwa "Kwa sababu sio wale waisikiao sheria walio wenye haki mbele za Mungu, bali ni wale waitendao sheria watakaohesabiwa haki."

Huwezi kuhesabiwa haki kwa kuhudhuria tu kanisani na kusikiliza mahubiri. Unahesabiwa haki pale moyo wako usio wa kweli unapobadilishwa na kuwa moyo wa kweli kwa kutenda kufuatana na Neno la Mungu.

Baadhi ya watu husema unaweza kuokolewa kwa kumwita Yesu Kristo Bwana kwa midomo yako tu, kwa kutoelewa Warumi 10:13 inayosema, "Kwa kuwa, Kila atakayeliitia Jina la Bwana ataokoka." Huu ni uongo kabisa. Kama inavyosema katika Isaya 34:16, "Tafuteni katika kitabu cha BWANA mkasome; hapana katika hao wote atakayekosa kuwapo, hapana mmoja atakayemkosa mwenzake; kwa maana kinywa changu kimeamuru, na roho yake imewakusanya," Neno la Mungu lina rafiki na linakamilika linapofasiliwa pamoja na rafiki yake.

Warumi 10:9-10 inasema, "Kwa sababu, ukimkiri Yesu kwa

kinywa chako ya kuwa ni Bwana, na kuamini moyoni mwako ya kuwa Mungu alimfufua katika wafu, utaokoka. Kwa maana kwa moyo mtu huamini hata kupata haki, na kwa kinywa hukiri hata kupata wokovu."

Wale tu wanaoamini katika mioyo yao kuwa Yesu alifufuka wanaweza kufanya ungamo la midomo yao kuwa la kweli kwa sababu wanaishi kwa kulifuata Neno la Mungu. Wataokolewa wanapokiri hili kuwa imani ya kweli na kuongezeka kuwa wenye haki, lakini wale wasiokiri imani hii hawawezi kuokolewa.

Ndiyo sababu katika Mathayo 13:49-50 Yesu alisema, "Ndivyo itakavyokuwa katika mwisho wa dunia; malaika watatokea, watawatenga waovu mbali na wenye haki, na kuwatupa katika tanuri ya moto; ndiko kutakuwako kilio na kusaga meno."

"Wenye haki" hapa inamaanisha wale wanaomtambua Mungu na kudai kuwa wana imani. "Kutenganisha waovu na wenye haki" inamaanisha wale wasioenenda kama Neno la Mungu linavyotaka hawawezi kuokolewa ijapokuwa wanahudhuria kanisani na wanaishi maisha ya Kikristo.

Mungu Anataka Tohara ya Moyo

Mungu anataka watoto wake wakamilishwe na wawe watakatifu na wakamilifu. Ndiyo sababu anatwambia katika 1 Petro 1:15 kuwa, "bali kama yeye aliyewaita alivyo mtakatifu, ninyi nanyi iweni watakatifu katika mwenendo wenu wote" na katika Mathayo 5:48, "Basi ninyi iweni wakamilifu, kama Baba yenu wa mbinguni alivyo mkamilifu."

Nyakati za Agano la Kale, watu waliokolewa kwa matendo kama kioo cha yatakayokuja, lakini wakati wa Agano Jipya Yesu alipoikamilisha sheria kwa upendo, tunaokolewa kwa imani.

"Kuokolewa kwa matendo ya Sheria" inamaanisha kuwa kwa mfamo, kama una moyo mchafu wa uuaji, chuki, uzinzi, uongo nakadhalika, haichukuliwi kuwa dhambi mpaka pale unapotenda.

Nyakati za Agano la Kale Mungu hakuwahukumu watu bila kuwa wametenda dhambi kwa sababu hawakuweza kuzitoa dhambi zao wao wenyewe kwani hawakuwa na Roho Mtakatifu. Lakini nyakati hizi za Agano Jipya, unaokolewa pale unapoutahiri moyo wako katika imani kwa msaada wa Roho Mtakatifu, kwani Roho Mtakatifu amekujia kipindi hiki. Roho Mtakatifu anakufanya ujue tofauti kati ya dhambi na haki, na hukumu na anakuwezesha kuishi kulingana na Neno la Mungu. Hivyo unaweza kuacha uwongo na kuutahiri moyo wako kwa msaada wa Roho Mtakatifu.

Ni lazima utambue kuwa Mungu anataka uutahiri moyo wako, uondoe dhambi, uwe mtakatifu na ushiriki katika asili ya uungu. Mtume Paulo aliyajua mapenzi haya ya Mungu na alifundisha kuhusu kutahiriwa kwa moyo, na siyo kutahiriwa kwa mwili (Warumi 2:28-29). Alikushauri kuipinga dhambi mpaka kiwango cha kumwaga damu wakati wa mapambano yako dhidi ya dhambi, macho yako yakiwa yamemwelekea Yesu, aliye mwanzo na mwisho wa imani yako (Waebrania 12:1-4).

Ninatumaini kuwa unaweza kuwa na imani ya kweli inayoambatana na matendo huku ukitambua kuwa huwezi kuingia mbinguni kwa kuita tu "Bwana, Bwana," lakini ni kwa kutembea katika nuru na kurutahiri moyo wako.

Sura ya 9

Kuzaliwa Katika Maji na Roho

1. Nikodemo Amwendea Yesu
2. Yesu Amsaidia Nikodemo Ufahamu Wake wa Kiroho
3. Unapozaliwa Katika Maji na Roho
4. Ushahidi wa Aina Vitatu: Roho, Maji na Damu

"Basi palikuwa na mtu mmoja wa Mafarisayo, jina lake Nikodemo, mkuu wa Wayahudi. Huyo alimjia usiku, akamwambia, Rabi, tunajua ya kuwa u mwalimu, umetoka kwa Mungu; kwa maana hakuna mtu awezaye kuzifanya ishara hizi uzifanyazo wewe, isipokuwa Mungu yu pamoja naye. Yesu akajibu, akamwambia, Amin, amin, nakuambia, Mtu asipozaliwa mara ya pili, hawezi kuuona ufalme wa Mungu. Nikodemo akamwambia, Awezaje mtu kuzaliwa, akiwa mzee? Aweza kuingia tumboni mwa mamaye mara ya pili akazaliwa? Yesu akajibu, Amin, amin, nakuambia, Mtu asipozaliwa kwa maji na kwa Roho, hawezi kuuingia ufalme wa Mungu."

Yohana 3:1-5

Mungu alimtuma Yesu Kristo, Mwanawe wa pekee na akafungua njia ya wokovu. Kila anayempokea anapata haki ya kuwa mtoto wa Mungu na anafurahia maisha yenye baraka ya uzima wa milele sasa na milele. Lakini siku hizi watu wengi hawana uhakika huu wa wokovu ijapokuwa wamempokea Yesu Kristo. Hata hivyo watu wengi hudai kuwa wameokoka lakini hawana imani ya kuokolewa, au wengine hudai kuwa wameokolewa kwa sababu walimpokea Roho Mtakatifu wakati fulani, lakini hawajali kuhusu matendo yao baada ya hapo.

Sasa, katika kuhitimisha ujumbe wa msalaba, hebu tuwe wazi ni namna unavyoweza kuufikia wokovu kamili tangu wakati unapompokea Yesu Kristo, kwa kuangalia simulizi ya Nikodemo.

1. Nikodemo Amwendea Yesu

Nyakati za Yesu, Mafarisayo waliitunza na kuiheshimu sana Sheria ya Musa na walishikilia desturi za wazee. Walikuwa viongozi wa kidini miongoni mwa Waisraeli waliochagulia, walioamini katika ukuu wa Mungu, ufufuo, malaika, hukumu ya mwisho na Masihi atakayekuja.

Hata hivyo, Yesu aliwakemea kila mara kwa kuwaambia, "Ole wenu, Mafarisayo." Ni wanafiki wanaojionyesha kwa watu kuwa watakatifu kwa nje lakini ndani yao ni wanyang'anyi na wabinafsi kama makaburi yaliyopakwa chokaa. (Mathayo 23:25-36).

Nikodemo Alikuwa na Moyo Mwema

Nikodemo alikuwa Farisayo wa baraza la utawala lililoitwa Sanhedrin. Hata hivyo, hakumtesa Yesu kama Mafarisayo wengine. Badala yake aliamini kuwa Yesu alitoka kwa Mungu, baada ya kuona miujiza na ishara alizofanya Yesu. Kwa kuwa alikuwa na moyo mwema, Nikodemo alitaka kujua Yesu ni nani.

Katika Yohana 7:51, Nikodemo, katika kumtetea Yesu, anawauliza Mafarisayo waliotaka kumkamata Yesu, "Je! Torati yetu humhukumu mtu kabla ya kumsikia kwanza, na kujua atendavyo?"

Isingekuwa rahisi kuzungumza hivyo kama mjumbe wa Sanhedrin wakati ule. Hata sasa ikiwa serikali ikizuia Ukristo kwa kutumia sheria, maofisa hawawezi kusimama upande wa Ukristo na wakatetea. Hivyo hivyo, wakati ule Waisraeli walizichukulia dini zingine kuwa za uongo isipokuwa dini ya Kiyahudi (Uyuda). Nikodemo alijua kuwa angeweza kutengwa ikiwa angemtetea Yesu.

Hata hivyo, Nikodemo alimtetea Yesu. Hii inathibitisha kuwa alikuwa mtu wa kweli na alisimama imara katika imani ndani ya Yesu.

Yohana 19:39-40 inaonyesha tukio mara baada ya Yesu kufa

msalabani:

Akaenda Nikodemo naye, (yule aliyemwendea usiku hapo kwanza), akaleta mchanganyiko wa manemane na uudi, yapata ratili mia. Basi wakautwaa mwili wake Yesu, wakaufunga sanda ya kitani pamoja na yale manukato, kama ilivyo desturi ya Wayahudi katika kuzika.

Hivyo, Nikodemo aliamini kuwa Yesu alikuwa mtu wa Mungu, alimtumikia Yesu bila kubadiliaka hata baada ya kusulubiwa kwake na akapata wokovu baada ya kufufuka kwa Yesu.

Nikodemo Amwendea Yesu

Katika Yohana 3, kuna majadiliano kati ya Yesu na Nikodemo kabla hajaelewa ukweli katika roho.

Siku moja wakati wa usiku Nikodemo alimwendea Yesu na kuungama, "Huyo alimjia usiku, akamwambia, Rabi, tunajua ya kuwa u mwalimu, umetoka kwa Mungu; kwa maana hakuna mtu awezaye kuzifanya ishara hizi uzifanyazo wewe, isipokuwa Mungu yu pamoja naye'" (mstari wa 2.)

Mwanzoni Nikodemo hakujua kuwa Yesu alikuwa Masihi Mwana wa Mungu. Lakini, baada ya kushuhudia miujiza aliyotenda Yesu, alitambua na kukiri kuwa Yesu alikuwa mtu wa

Mungu kwa sababu alikuwa na dhamiri njema. Kupitia dhamiri yake njema, alijua kuwa alikuwa ni Mungu Mwenyezi peke yake anayeweza kuwafufua wafu, kuwaponya vipofu, kuwaponya viwete na walemavu na kuwaponya wenye ukoma.

Sasa, ni kwa nini alimwendea Yesu usiku? Alikuwa kama watu wasiotaka kujulikana kuwa huenda kanisani kwa sababu hawana ujasiri kwa Mungu Muumba.

Ijapokuwa Nikodemo alikuwa na Moyo mzuri, hakuwa na imani ya kweli. Hakuwa na ujasiri katika Yesu Mwana wa Mungu na Masihi, ndiyo maana hakumwendea Yesu mchana wakati ambapo kila mtu anaweza kumuona- alimwendea Yesu usiku.

2. Yesu Amsaidia Nikodemo Ufahamu Wake wa Kiroho

Yesu alimwambia Nikodemo, "Yesu akajibu, akamwambia, Amin, amin, nakuambia, Mtu asipozaliwa mara ya pili, hawezi kuuona ufalme wa Mungu" (Yohana 3:3).

Lakini, Nikodemo hakulielewa hili kabisa. Kisha akauliza tena, "Inawezekanaje mtu azaliwa akiwa mzee?" Hakuwa na imani ya kiroho, hivyo alijiuliza, "Mtu mzee hufa na kurudi katika udongo, sasa anawezaje kuzaliwa tena?"

Ndipo Yesu alimwambia kuhusu kuzaliwa katika maji na Roho: "Yesu akajibu, Amin, amin, nakuambia, Mtu asipozaliwa kwa maji na kwa Roho, hawezi kuuingia ufalme wa Mungu. Kilichozaliwa kwa mwili ni mwili; na kilichozaliwa kwa Roho ni roho" (mstari 5-6).

Nikodemo alitaka kujua zaidi kuhusu kile alichosema Yesu, Ndipo Yesu alifanfanua kwa mfano: "Upepo huvuma upendako, na sauti yake waisikia, lakini hujui unakotoka wala unakokwenda; kadhalika na hali yake kila mtu aliyezaliwa kwa Roho" (mstari wa 8).

Baada ya uasi wa Adamu, kila roho ya mwanadamu ilikufa na mustakabali wa kila ya mwanadamu ulikuwa kifo. Lakini, roho ya mwanadamu hufufuka baada ya kuzaliwa katika Roho Mtakatifu. Kadri anavyokuwa mtu wa kiroho, anairudisha sura ya Mungu na kuokolewa. Pamoja na hayo Nikodemo hakuelewa Yesu alimaanisha nini (mstari wa 9).

Hivyo aliuliza, "Hii inawezekanaje?" Yesu akajibu:

Ikiwa nimewaambia mambo ya duniani, wala hamsadiki, mtasadiki wapi niwaambiapo mambo ya mbinguni? Wala hakuna mtu aliyepaa mbinguni, ila yeye aliyeshuka kutoka mbinguni, yaani, Mwana wa Adamu. Na kama vile Musa alivyomwinua yule nyoka jangwani, vivyo hivyo Mwana wa Adamu hana budi kuinuliwa; ili kila mtu aaminiye awe na uzima wa milele katika yeye (mstari wa 12-15).

Katika Hesabu 21:4-9, Waisraeli waliotolewa Misri

walimnenea Musa maneno mabaya kwa sababu safari ya kwenda Kaanani ilianza kuwa ngumu. Kwa sababu hiyo Mungu aliugeuza uso wake na kutuma nyoka wenye sumu waliowauma watu.

Walipolia kutaka kusaidiwa, Mungu alimwambia Musa atengeneze shoka wa shaba na kumtundika kwenye nguzo. Mungu alimwokoa kila aliyemtazama nyoka wa shaba, lakini watu wenye kiburi na jeuri walikufa kwa sababu hawakutaka kumtazama nyoka wa shaba kutokana na kutokuamini kwao.

Kulielewa Neno la Mungu Kiroho

Kwa nini Mungu alimwamuru Musa kutengeneza nyoka wa shaba na kumweka kwanye nguzo? Kutoka katika Mwanzo 3:14 tunajua kuwa nyoka alilaaniwa. Kwa kuongezea Wagalatia 3:13 inasema, "...amelaaniwa kila mtu aangikwaye juu ya mti."

Hivyo, kuweka nyoka wa shaba kunaonyesha kuwa Yesu atatundikwa kwenye msalaba kama nyoka aliyelaaniwa ili akukomboe. Kwa kuongezea kama ambavyo kila aliyemtazama nyoka wa shaba alipona, kila anayemwamini Yesu Kristo huokolewa.

Nikodemo hakuelewa maana ya Neno la Mungu, kwa sababu alikuwa bado hajazaliwa katika maji na Roho na macho yake ya kiroho hayakuwa yamefunguliwa.

Hata leo, ikiwa bado hujazaliwa kwa maji na Roho na macho

yako ya kiroho hayajafunguliwa, huwezi kuelewa maana ya ujumbe wa kiroho kwa sababu unaweza kuuchukua kijuujuu na usiuelewe.

Inabidi uombe kwa bidii ili kuelewa maana ya kiroho ya Neno la Mungu kwa kuvuviwa na Roho Mtakatifu. Ndipo Mungu wa Rehema ataufungua moyo wako na utaweza kulielewa Neno la Mungu na kuwa na imani ya kweli.

3. Unapozaliwa Katika Maji na Roho

Nikodemo alipomtembelea Yesu usiku, Yesu alimwambia, "Yesu akajibu, Amin, amin, nakuambia, Mtu asipozaliwa kwa maji na kwa Roho, hawezi kuuingia ufalme wa Mungu. Kilichozaliwa kwa mwili ni mwili; na kilichozaliwa kwa Roho ni roho" (Yohana 3:5-6).

Hebu tuelewe kwa undani kuhusu maana ya kuzaliwa katika maji na Roho. Unawezaje kuzaliwa katika maji na Roho na kupata wokovu?

Maji Yanamaanisha Maji ya Uzima

Maji hukuondolea kiu na kulainisha viungo vya ndani vya mwili. Pia husafisha mwili wako ndani na nje.

Yesu alilinganisha maji na maji ya uzima ili kufafanua kuwa

yanakusafisha na kukuletea uzima.

Katika Yohana 4:14 Yesu anatwambia kuwa, "Lakini yeyote atakayekunywa maji yale nitakayompa mimi hataona kiu milele; bali yale maji nitakayompa yatakuwa ndani yake chemchemi ya maji, yakibubujikia uzima wa milele."

Ukinywa maji hutaona kiu kwa muda fulani, lakini baada ya muda utaona kiu tena. Katika andiko hili maji inamaanisha maji ya uzima. Kila anywaye maji anayotoa Yesu hapati kiu tena. Hii maana yake ni kuwa, "kisima chenye chemchemi ya uzima wa milele" kinakupa uhai.

Yohana 6:54-55 inasema, "Aulaye mwili wangu na kuinywa damu yangu anao uzima wa milele; nami nitamfufua siku ya mwisho. Kwa maana mwili wangu ni chakula cha kweli, na damu yangu ni kinywaji cha kweli." Hii inamaanisha kuwa, mwili wa Yesu na damu yake ni maji ya uzima.

Zaidi ya hayo "Mwili Wake" inamaanisha Neno la Mungu katika Biblia kwa sababu Yesu ni Neno aliyekuja duniani katika mwili. Kula mwili wake inamaanisha kuliweka Neno Lake katika ufahamu kwa kuisoma Biblia.

Damu ya Yesu ni uzima na uzima ni kweli. Kweli ni Kristo, na Kristo ni nguvu ya Mungu. Haya yote ni damu ya Yesu. Kwa kuwa nguvu ya Mungu huja kwa imani, kunywa damu ya Yesu inamaanisha kulitii Neno lake kwa Imani.

Umejifunza kuwa kiroho maji yanawakilisha mwili wa Yesu-yaani Neno la Mungu na Mwanakondoo wa Mungu. Namna ambavyo maji yanasafisha mwili wako, ndivyo ambavyo Neno la Mungu husafisha mambo machafu kutoka katika moyo wako.

Hiii ndiyo sababu unabatizwa kwa maji kanisani na ubatizo ni ishara kuwa wewe ni mtoto wa Mungu na umesamehewa dhambi zako. Zaidi ya hayo inamaanisha kuwa unapaswa kulitafakari Neno la Mungu na likusafishe kila siku.

Kuzaliwa Tena kwa Maji

Sasa, unawezaje kusafisha uchafu kutoka moyoni mwako kwa kutumia Neno la Mungu ambalo ndilo maji ya uzima? Kuna aina nne za amri ambazo Mungu anatupa: "Fanya," "Usifanye," "Tunza kitu," na "Ondoa kitu." Kwa mfano, Mungu alikwambia usifanye vitu kama vile kuwa na husuda, chuki, kuhukumu wengine, kuiba, kuzini na kuua.

Katika namna hiyo hiyo hupaswi kufanya kilichokatazwa na wakati huo huo unapaswa kuacha kila aina ya uovu. Unapaswa kuitunza Sabato, kuhubiri, kuomba na kuwapenda wengine. Ndipo moyo wako pole pole utajaa kweli kwa msaada wa Roho Mtakatifu, na Neno la Mungu litasafisha hali yako ya kutohesabiwa haki na dhambi. Kwa njia hii moyo wako utatahiriwa na kubadilishwa kuwa katika kweli kwa kutenda kulingana na Neno la Mungu, na huku ndiko "kuzaliwa katika maji."

Kwa hiyo, ili kupata wokovu kamili, hupaswi kumpokea Yesu

tu lakini pia kuutahiri moyo wako kwa kulitii Neno la Mungu kila wakati katika maisha yako.

Kuzaliwa Tena kwa Roho

Ili upate wokovu, unapaswa kuzaliwa kwa maji na Roho pia. Unawezaje kuzaliwa kwa Roho? Katika Matendo 19:2, mtume Paulo aliwauliza baadhi ya waamini, "Mlipokea Roho Mtakatifu mlipoamini?" Kumpokea Roho Mtakatifu ni nini?

Adamu, mtu wa kwanza alikuwa na "roho," "nafsi," na "mwili" (1 Wathesalonike 5:23), lakini roho yake ilikufa kwa sababu ya uasi wake. Ndipo akawa kiumbe asiye na ubora wo wote zaidi ya mnyama aliyeumbwa akiwa na nafsi na mwili. (Mhubiri 3:18).

Ukitubu dhambi zako, kwa kukiri kuwa wewe ni mwenye dhambi, Mungu hukupa Roho Mtakatifu kama zawadi na ishara kuwa wewe ni mtoto Wake (Matendo 2: 38).

Watoto wo wote wa Mungu, wanaompokea Roho Mtakatifu, wanaweza kutofautisha kati ya wema na uovu kwa kutumia Neno la Mungu na kuishi kufuatana na Neno la Mungu kwa nguvu na uweza kutoka mbinguni kutokana na wao kuomba kwa bidii.

Kwa namna hii, unabadilika kuwa katika kweli na kuwa na imani ya kiroho kwa kiwango ambacho unazaa roho kupitia Roho Mtakatifu. Katika Yohana 3:6 Biblia inasema, "Kilichozaliwa kwa mwili ni mwili; na kilichozaliwa kwa Roho ni roho," na Yohana 6:63 inasema, "Roho ndiyo itiayo uzima, mwili haufai kitu; maneno hayo niliyowaambia ni roho, tena ni."

Kuwa Mtu wa Rohoni kwa Kumfuata Roho Matakatifu.

Unapozaliwa kwa maji na Roho Mtakatifu, unapata uraia wa Mbinguni (Wafilipi 3:20). Kama mtoto wa Mungu, unahudhuria ibada za kumwabudu Mungu, unamsifu kwa furaha na unajitahdi kuishi nuruni.

Kabla ya kumpokea Roho Mtakatifu, uliishi gizani kwa sababu hukuijua kweli. Baada ya kumpokea Roho Mtakatifu, unajitahidi kuishi nuruni.

Kadri muda unavyokwenda, unagundua kuwa wakati una furaha moyoni mwako, bado unahangaika ndani yako. Hii ni kwa sababu sheria ya Roho inayofuata utashi wa Roho Mtakatifu inapambana na sheria ya asili ya dhambi inayofuata tamaa ya mwili, tamaa ya macho na kiburi cha uzima (1 Yohana 2:16).

Katika Warumi 7:22-24 mtume Paulo alizungumza kuhusu mapambano haya: "Kwa maana naifurahia sheria ya Mungu kwa utu wa ndani, lakini katika viungo vyangu naona sheria iliyo mbali, inapiga vita na ile sheria ya akili zangu, na kunifanya mateka wa ile sheria ya dhambi iliyo katika viungo vyangu. Ole wangu, maskini mimi! Ni nani atakayeniokoa na mwili huu wa mauti?" Unapozaliwa kwa maji na Roho, unafanywa mwana wa

Mungu. Hii haimaanishi kuwa umekuwa mkamilifu kiroho.

Ndiyo sababu Wagalatia 5:16-17 inatwambia kuwa, "Basi nasema, Nendeni kwa Roho, wala hamtazitimiza kamwe tamaa za mwili. Kwa sababu mwili hutamani ukishindana na Roho, na Roho kushindana na mwili; kwa maana hizi zimepingana, hata hamwezi kufanya mnayotaka."

Ili uishi kufuatana na Roho Mtakatifu, unapaswa kuishi kwa kulifuata Neno la Mungu na ufanye mapenzi yanayokubalika na kumfurahisha Mungu. Hivyo, ikiwa unayafuata matamanio ya Roho, hautajaribiwa na utaweza kumshinha adui ibilisi na Shetani anayekushawishi kufuata tamaa za asili ya dhambi. Unaweza kuishi kwa kuifuata kweli na ukajitoa kwa uaminifu kwa ajili ya ufalme wa Mungu na haki Yake.

Unapofuata matamanio ya Roho Mtakatifu, unakuwa na amani na furaha. Hata hivyo utaangushwa na kuwa na mzigo ukizifuata tamaa za asili ya dhambi.

Iman   Imani yako inapokomaa, unaweza kuziondoa dhambi zako na kufuata matamanio ya Roho Mtakatifu katika mambo yote. Tamaa iliyo ndani yako inayotaka kuifuata tamaa ya mwili itatoweka. Zaidi ya hayo, huhitaji kupigana kuondoa dhambi na kuangushwa au kukata tamaa. Unaweza kuwa na furaha katika mazingira ya aina yo yote.

Mungu hufurahishwa na wale wanaoishi wakiwa na hamu ya Roho Mtakatifu. Huwapa hamu ya mioyo yao kama alivyotuahidi katika Zaburi 37:4, "Nawe ujifurahishe katika

BWANA, Naye atakutimiza haja za moyo wakot."

Ukiubadili moyo wako ukawa ule uliojaa kweli, Mungu anakufurahia na kukuwezesha kwa kila kitu. Ni matumaini yangu kuwa utazaliwa kwa maji na Roho na kuishi kwa kuzifuata tamaa za Roho.

4. Ushahidi wa Aina Vitatu: Roho, Maji na Damu

Kama nilivyokwisha kufafanua tayari, unapaswa kuzaliwa kwa maji na Roho ili uokolewe. Hata hivyo, kupata wokovu kamili unapaswa kusafishwa dhambi zako kwa damu ya Yesu kwa kutembea nuruni.

Ikiwa moyo wako haujasafishwa, bado una dhambi. Hivyo unahitaji damu ya Yesu Kristo ili kusafisha dhambi zilizosalia.

Juu ya hili, 1 Yohana 5:5-8 inatwambia kuwa:

Mwenye kuushinda ulimwengu ni nani, isipokuwa ni yeye aaminiye ya kwamba Yesu ni Mwana wa Mungu? Huyu ndiye aliyekuja kwa maji na damu, Yesu Kristo; si katika maji tu, bali katika maji na katika damu. Naye Roho ndiye ashuhudiaye, kwa sababu Roho ndiye kweli. Kwa maana wako watatu washuhudiao mbinguni, Baba, na Neno, na Roho Mtakatifu, na watatu hawa ni umoja

Yesu Huja kwa Maji na Damu

Yohana 1:1 inasema kwamba "Neno alikuwa Mungu" na Yohana 1:14 inasema, "Naye Neno alifanyika mwili, akakaa kwetu; nasi tukauona utukufu wake, utukufu kama wa Mwana pekee atokaye kwa Baba; amejaa neema na kweli.." Hii ni kusema kuwa, Yesu, Mwana pekee wa Mungu na ambaye ndiye Neno la Mungu, alikuja duniani ili atusamehe dhambi zetu. Hata leo anaendelea kutusafisha kwa Neno la Mungu- Biblia.

Ni jambo la kuzingatia kuwa huwezi kuishi kulingana na Neno la Mungu bila ya msaada wa Roho Mtakatifu. Haiwezekani kuziondoa dhambi kwa nguvu zako mwenyewe. Unapaswa kupata msaada wa Roho Mtakatifu kupitia maombi ili uondoe tamaa za mwili, tamaa za macho na kiburi cha uzima. Ndipo hapo unapoweza kuliondoa giza na uongo katika moyo wako.

Kwa kuongezea, unahitaji kumwagika kwa damu ili usamehewe. Waebrania 9:22 inasema kuwa "Na katika Torati karibu vitu vyote husafishwa kwa damu, na pasipo kumwaga damu hakuna ondoleo." Unahitaji damu ya Yesu kwa sababu damu yake isiyo na lawama wala doa ndiyo inayokupa msamaha. Ni lazima umwamini Yesu aliyekuja katika maji na damu, na umpokee Roho Mtakatifu kama zawadi kutoka kwa Mungu ili upate wokovu, ambapo unahitaji vitu hivi vitatu.: Roho, maji ma damu.

Hakuna msamaha bila kumwagika kwa damu, na hivyo bado uko dhambini. Huhitaji Neno tu – maji –ili usafishwe, lakini Roho Mtakatifu pia ili akusaidie kuishi kulingana na Neno. Hivyo haya matatu yanakubaliana.

Kwa hiyo, baada ya kusamehewa dhambi kwa kumpokea Yesu Kristo, tunapaswa kuendelea kuzaliwa kwa maji na Roho ili kupata wokovu kamili, kuelewa ukweli kuwa hivi vitatu ambavyo ni Roho, maji na damu vyote vinatuokoa na kutuongoza kwenda Mbinguni.

Sura ya 10

UZUSHI NI NINI?

1. Maana ya Uzushi Kibiblia
2. Roho wa Kweli na roho wa Uongo

"Lakini kulitokea manabii wa uongo katika wale watu, kama vile kwenu kutakavyokuwako waalimu wa uongo, watakaoingiza kwa werevu uzushi wa kupoteza, wakimkana hata Bwana aliyewanunua, wakijiletea uharibifu usiokawia. Na wengi watafuata ufisadi wao; na kwa hao njia ya kweli itatukanwa. Na kwa tamaa yao watajipatia faida kwenu kwa maneno yaliyotungwa; wao ambao hukumu yao tangu zamani haikawii, wala maangamizi yao hayasinzii."

2 Petro 2:1-3

Kwa kadri ambavyo kumekuwa maendeleo ya watu kupenda mali na vitu, watu wamemkataa Mungu kwa sababu wanategemea akili na busara zao. Kutokana na dhambi kuenea, mioyo ya watu imejaa giza na watu wameharibika kimaadili. Hivyo watu wengi wanadanganywa kwa uongo kwa sababu hawawezi kutenganisha kati ya ukweli na uongo. Wanafanya pia makosa na kuwahukumu watu wengine kutokana wao wenyewe kujitafutia haki na kufuata nadharia zao wenyewe.

Katika Mathayo 12:22-32, Yesu alimponya mtu aliyekuwa na pepo kiziwi na bubu. Hata hivyo Mafarisayo waliposikia kuhusu jambo hili, walisema, "Mtu huyu anatoa mapepo kwa kutumia Beelzeburi mkuu wa mapepo" (Mstari wa 24). Waliichukulia kazi ya Mungu kwamba inafanywa na pepo.

Katika Mathayo 12:31-32 Yesu aliwaambia, "Kwa sababu hiyo nawaambia, Kila dhambi na kila neno la kufuru watasamehewa wanadamu, ila kwa kumkufuru Roho hawatasamehewa. Naye mtu yeyote atakayenena neno juu ya Mwana wa Adamu atasamehewa, bali yeye atakayenena neno juu ya Roho Mtakatifu hatasamehewa katika ulimwengu wa sasa, wala katika ule ujao."

Mafarisayo walihitimisha kwa kusema kuwa alichofanya Yesu kwa kutumia nguvu ya Mungu ilikuwa kazi ya pepo. Hii ni kufuru ya kumpinga Roho Mtakatifu. Kwa hiyo Mafarisayo hawa, wasingeweza kusamehewa.

Ukitofautisha katika ya ukweli na uongo kwa uwazi kwa kutumia Biblia, huwezi kuwahukumu watu wengine wala kudanganywa.

Hebu tuangalie kwa undani kuhusu "Uzushi" kwa mtazamo wa Mungu, njia ya kutofautisha kati ya Roho wa Mungu na waovu na baadhi ya makundi ya kizushi unayopaswa kuyajua na kuwa mwangalifu nayo.

1. Maana ya Uzushi Kibiblia

Kamusi ya Kiingereza ya Oxford inafasili uzushi kuwa ni imani au hoja iliyo kinyume na kanuni za dini fulani.

Paulo Ashitakiwa Kama Kiongozi wa Kundi la Kizushi

Matendo 24:5 inasema kuwa "Kwa maana tumemwona mtu huyu kuwa mkorofi, mwanzilishi wa fitina katika Wayahudi wote duniani, tena ni kichwa cha madhehebu ya Wanazareti." Hapa kikundi cha Wanazareti" inamaanisha "kikundi cha kizushi," na hii ni mara ya kwanza neno "uzushi" linajitokeza katika Biblia..

Wayahudi walimshtaki Paulo mbele ya liwali kwa sababu

walidhani kuwa injili aliyokuwa akihubiri Paulo ilikuwa uzushi. Paulo aliyapinga mashitaka na akakiri imani yake kama ilivyoandikwa katika Matendo 24:13-16.

Wala hawawezi kuyahakikisha mambo haya wanayonishitaki sasa. Ila neno hili naungama kwako ya kwamba kwa Njia ile ambayo waiita uzushi, ndivyo ninavyomwabudu Mungu wa baba zetu, nikiyaamini yote yanayopatana na torati na yaliyoandikwa katika vyuo vya manabii. Nina tumaini kwa Mungu, ambalo hata hao nao wanalitazamia, ya kwamba kutakuwa na ufufuo wa wafu, wenye haki na wasio haki pia. Nami ninajizoeza katika neno hili niwe na dhamiri isiyo na hatia mbele za Mungu na mbele ya watu siku zote.

Je Mtume Paulo Alikuwa Mzushi kweli?

Unapaswa kuangalia maana ya uzushi katika Biblia kwa sababu Biblia ni Neno la Mungu, Mungu pekee ndiye anayeweza kutofautisha kati ya ukweli na uongo. Fasili au maana ya uzushi imejadiliwa katika 2 Petro 2:1:

Lakini kulitokea manabii wa uongo katika wale watu, kama vile kwenu kutakavyokuwako waalimu wa uongo, watakaoingiza kwa werevu uzushi wa kupoteza, wakimkana hata Bwana aliyewanunua, wakijiletea uharibifu usiokawia.

Kifungu hiki "Bwana aliyewanunua" kinamaanisha Yesu Kristo. Mwanzoni mwa asili mwanadamu alikuwa wa Mungu na aliishi kwa kufuata mapenzi ya Mungu. Baada ya kutotii kwake, Adamu akawa mtenda dhambi akamilikiwa na ibilisi. Hata hivyo, Mungu aliwahurumia wanadamu waliokuwa katika njia ya kifo. Mungu alimtuma Yesu, Mwanawe wa pekee kama sadaka ya amani na akaruhusu asulubiwe ili aweze kufungua njia ya wokovu kupitia damu Yake.

Mungu alitutendea jambo hilo, sisi ambao wakati fulani tulimilikiwa na ibilisi, dhambi zetu zisamehewe ikiwa tutamwamini Yesu Kristo. Tutapokea pia uzima na kumilikiwa na Mungu tena. Hii ndiyo sababu tunaweza kusema kuwa Yesu alitununua kwa kusulubiwa kwake, na Biblia inatwambia kuwa Yesu ni "Bwana aliyewanunua."

Uzushi Humkataa Yesu Kristo

Sasa unajua kuwa "uzushi" unamaanisha wale "wanaomkataa Bwana aliyewanunua, wakijiletea uharibifu usiokawia." (2 Petro 2:1). Neno hili halikuwahi kutumika mpaka Yesu alipomaliza huduma Yake kama Mwokozi. Jina "Yesu" linamaanisha "[yeye ambaye] atawaokoa watu Wake na dhambi zao." "Kristo" ni "Mpakwa mafuta." Yesu alifanyika Mwokozi baada tu ya kufanya kazi Yake – kusulubishwa na kufufuka.

Ndiyo sababu huwezi kuliona Neno hili katika Agano la Kale au katika Injili ya Mathayo, Marko, Luka na Yohana ambapo maisha ya Yesu yamenukuliwa. Hata Mafarisayo, walimu wa Sheria na makuhani waliomtesa Yesu hawakutumia neno hili. Na wala halikutumiwa na kuhani mkuu.

Ni baada ya Yesu kufufuka na kukamilisha huduma Yake kama Kristo, "watu wanaomkataa Bwana aliyewanunua" walijitokeza. Na ni baada ya hapo, Biblia iikaanza kutuonya kuhusu wazushi hawa.

Kwa hiyo, ikiwa watu wanamwamini Yesu Kristo kama "Bwana aliyewanunua," watu hao si wazushi. Lakini ikiwa wanakataa hilo, basi ni wazushi.

Mtume Paulo hakumkataa Yesu Kristo aliyemnunua kwa damu ya thamani. Badala yake Paulo alimshukuru Yesu Kristo aliyemtangaza kila alikokwenda, na Paulo aliteswa sana na kulipa gharama kubwa. Mara tano aliadhibiwa na Wayahudi kwa kuchapwa viboka thelathini na tisa. Alipigwa mawe mara moja. Alifungwa gerezani, akateswa na Mataifa na Wayahudi wenzake na alisalitiwa na wale aliowaamini. Ijapokuwa alipata haya yote, Paulo alifanyika mtu mwenye nguvu kuu kwa kuyapitia mateso hayo akiwa mwenye furaha na shukrani, na alimtukuza Mungu kwa kuponya watu wengi sana katika Jina la Yesu Kristo mpaka siku alipokufa kwa kifo cha mfia imani.

Paulo Alihubiri Injili Huku Akidhihirisha Nguvu ya Mungu.

Unapaswa kujua kuwa nguvu ya Mungu haiwezi kuonyeshwa na wale wanaomkataa Mungu Muumba na Yesu Kristo ambaye kwa asili ni Mungu kwa sababu Biblia imesema wzi kuwa, "Mara moja amenena Mungu; Mara mbili nimeyasikia haya, Ya kuwa nguvu zina Mungu" (Zaburi 62:11).

Usimhukumu mtu ye yote anayedhihirisha nguvu za Mungu kwa sababu nguvu hiyo inathibitisha kuwa Mungu yuko ndani yake na kwamba mtu huyo anampenda Mungu sana. Katika Wagalatia 1:6-8, Paulo, aliyeitwa kiongozi wa kikundi cha Wanazareti, alionya kuwa tusifuate au kuhubiri injili iliyo tofauti na ujumbe wa msalaba.:

Nashangaa kwa kuwa mnamwacha upesi hivi yeye aliyewaita katika neema ya Kristo, na kugeukia Injili ya namna nyingine. Wala si nyingine; lakini wapo watu wawataabishao na kutaka kuigeuza Injili ya Kristo. Lakini ijapokuwa sisi au malaika wa mbinguni atawahubiria ninyi Injili yoyote isipokuwa hiyo tuliyowahubiria, na alaaniwe!

Hata leo, baadhi ya watu wanaitwa wazushi ijapokuwa hawajamkataa Yesu Kristo lakini wanahubiri tu injili ya Kristo na Mungu aishiye kwa kudhihirisha nguvu Zake zinavyotenda kazi.

Usiwahukumu Wengine kuwa ni Wazushi Bila kufikiria

Mimi pia nimeteseka sana kwa kuitwa mzushi baada ya kudhihirisha nguvu za Mungu na kanisa langu kukua na kuwa kubwa. Ki ukweli kanisa langu limekuwa na kuwa na zaidi ya waumini 120,000 katika kipindi cha chini ya miongo mitatu tangu kanisa lilipoanzishwa mwaka 1982. Niliteseka kutokana na magonjwa mengi kwa miaka saba, na nilipokywa na nguvu ya Mungu wakati fulani. Kisha nilijaribu kuishi kwa ajili ya utukufu wa Mungu iwe ni kunywa au kula kama ambavyo Paulo mtume alifanya. Niliyaweka maisha yangu mikononi mwa Mungu na kuzingatia "Yesu tu, Yesu daima."

Tangu nilipokuwa mtumishi tu wa kanisa, nilijaribu kushuhudia kuwa Mungu aliniponya na kuihubiri injili. Baada ya kuitwa kama mtumishi wa Munugu nilihubiri kuhusu ujumbe wa msalaba na kumtangaza Mungu aishiye na Yesu mwokozi. Nilishuhudia pia kuhusu Mungu nilipofungisha ndoa kwa sababu nilitaka kuwaleta watu wengi katika njia ya wakovu.

Nilitambua kuwa nguvu ya Neno la Mungu na ushahidi wa Mungu anayeishi vilikuwa muhimu ili kuwa shahidi wa Bwana katika ulimwengu wote. Hivyo nilimwomba Mungu kwa juhudi kubwa kama baba zetu wa imani walivyofanya, ili kupokea nguvu ya Mungu, na niliyapitia majaribu yote niliyopata kwa furaha na shukrani.

Wakati mwingine yalikuwa majaribu kama ya kifo. Hata hivyo kama vile Yesu alivyopata utukufu wa ufufuo baada ya kifo chake, Mungu alioniongezea nguvu kwa mapenzi Yake Yeye Mwenyewe kila niliposhinda jaribu moja baada ya jingine.

Matokeo yake, kila ninapomshuhudia Mungu ulimwenguni kote kuwa ni Mungu pekee wa kweli na kwa nini unaokolewa ukimwamini Yesu Kristo—nchini Kenya, Uganda, Hondurasi, Japan, hata katika nchi ya kiislamu ya Pakistani na nchi ya Kihindu nchi ya India—tangu mwaka 2000, makumi elfu ya watu walitubu, vipofu waliona, mabubu walizungumza, viziwi walisikia na magonjwa yasiyotibika kama Ukimwi na kansa yalipona. Miujiza hii inimtukuza Mungu sana.

Kwa hiyo, yule anayeelewa kwa undani maana ya uzushi hawazi kuwahukumu wengine kuwa wazushi pasipo kuwa mwangalifu. Katika Matendo 5:33-42, unasoma kuhusu Gamalieli, mwalimu wa sheria, aliyeheshimiwa na watu wote. Alifanya nini?

Kipindi hicho, Mafarisayo wa baraza la Sanhedrin waliwakataza Petro na Yohana kuhubiri kuhusu Yesu Kristo na kina Petro hawakulitii baraza. Hivyo wajumbe wa Sanhedrin walitaka kuwahukumu kifo mitume. Ndipo Gamalieli akasimama na kuamuru mitume watolewe nje kwa muda. Kisha wakawaambia wajumbe wa Sanhedrin kwa kusema:

Enyi wanaume wa Israeli, jihadharini jinsi mtakavyowatenda watu hawa. Kwa sababu kabla ya siku hizi aliondoka Theuda, akijidai ya kuwa yeye ni mtu mkuu, watu wapatao mia nne wakashikamana naye; naye aliuawa na wote waliomsadiki wakatawanyika wakawa si kitu. Baada ya mtu huyo aliondoka Yuda Mgalilaya, siku zile za kuandikiwa orodha, akawavuta watu kadhaa nyuma yake, naye pia akapotea na wote waliomsadiki wakatawanyika. Basi sasa nawaambia, Jiepusheni na watu hawa, waacheni; kwa kuwa shauri hili au kazi hii ikiwa imetoka kwa binadamu, itavunjwa, lakini ikiwa imetoka kwa Mungu hamwezi kuivunja; msije mkaonekana kuwa mnapigana na Mungu (Matendo 5:35-39).

Unaposoma kifungu hiki, unatambua kuwa ikiwa kazi ya miujiza haikutoka kwa Mungu, mwishowe ingeshindwa na kukoma hata kama watu hawangechukua hatua ya kuisimamisha Badala yake, hata ikiwa wataipinga au kubugudhi kazi zinazotoka kwa Mungu, hawangeweza kuzisimamisha kazi hizo. Badala yake juhudi zao hazina tofauti na kupigana kinyume na Mungu na zitahukumiwa na kuadhibiwa na Mungu.

Wakati mwingine watu huwahukumu wengine kuwa ni wazushi kwa sababu ya tofauti katika kuifasili Biblia, maono kutoka kwa Roho Mtakatifu na hata kunena kwa lugha ijapokuwa wanakubaliana juu ya Utatu na juu ya Yesu kuja katika mwili.

Watu wengine hudiriki kusema kuwa hawahitaji kunena kwa lugha au maono, na ya kwamba kazi hizi za Roho Mtakatifu si sahihi kwa sababu hakuna kumbukumbu kuwa Yesu alinena kwa lugha au kuona maono. Hata hivyo Biblia inasema kuwa haya ni mazuri kwa ajili yetu:

Lakini kila mmoja hupewa ufunuo wa Roho kwa kufaidiana. Maana mtu mmoja kwa Roho apewa neno la hekima; na mwingine neno la maarifa, apendavyo Roho yeye yule; mwingine imani katika Roho yeye yule; na mwingine karama za kuponya katika Roho yule mmoja; na mwingine matendo ya miujiza; na mwingine unabii; na mwingine kupambanua roho; mwingine aina za lugha; na mwingine fasiri za lugha; lakini kazi hizi zote huzitenda Roho huyo mmoja, yeye yule, akimgawia kila mtu peke yake kama apendavyo yeye (1 Wakoritho 12:7-11).

Usiwadhalilishe au kuwahukumu wenye karama tofauti za Roho Matakatifu kuwa ni wazushi kwa sababu tu wewe huna.

2. Roho wa Kweli na roho wa Uongo

Katika 2 Petro 2:1-3, kuna ufafanuzi kuhusu uzushi. Biblia inakuonya kuhusu manabii wa uongo na walimu wanaoingiza mafundisho ya kizushi yanayoangamiza. "Na wengi watafuata ufisadi wao; na kwa hao njia ya kweli itatukanwa. Na kwa tamaa yao watajipatia faida kwenu kwa maneno yaliyotungwa; wao ambao hukumu yao tangu zamani haikawii, wala maangamizi yao hayasinzii" (2 Petro 2:2-3).

Pia katika 1 Yohana 4:1-3 inasema, "Wapenzi, msiiamini kila roho, bali zipimeni hizo roho, kama zimetokana na Mungu; kwa sababu manabii wa uongo wengi wametokea duniani. Katika hili mnamjua Roho wa Mungu; kila roho ikiriyo kwamba Yesu Kristo amekuja katika mwili yatokana na Mungu. Na kila roho isiyomkiri Yesu haitokani na Mungu. Na hii ndiyo roho ya mpingakristo ambayo mmesikia kwamba yaja; na sasa imekwisha kuwako duniani."

Ipime Kila Roho Ikiwa imetoka au haikutoka kwa Mungu

Kuna roho nzuri kutoka kwa Mungu zinazokuongoza kwenye wokovu na kuna roho mbaya zinazokudanganya ili uende kwenye uharibifu.

Kwa upande mmoja mtu aliye na Roho wa Mungu anakubali kuwa Yesu alikuja katika Mwili. Anaamini katika Utatu- yaan Mungu, Yesu Kristo na Roho Mtakatifu, hivyo amefanywa mwana wa Mungu. Anaweza kuielewa kweli na kuishi kwa kuifuata kweli kwa msaada wa Roho Mtakatifu.

Kwa upande mwingine, mwenye roho ya mpinga Kristo humpinga Yesu Kristo kwa kutumia Neno la Mungu na kukataa ufufuo Wake. Unatakiwa kuwa mwangalifu na uweze kutofautisha wapingakristo kwa sababu mara nyingi mpingakristo hutenda kazi miongoni mwa waamini kwa kutumia vibaya Neno la Mungu.

Katika mazingira yo yote, kumkataa Yesu Kristo hakuna tofauti na kupigana na Mungu aliyemtuma Yesu katika ulimwengu huu.

Biblia inaonya kuhusu mpingakristo katika 2 Yohana 1:7-8 kama ifuatavyo:

Kwa maana wadanganyifu wengi wametokea duniani, wasiokiri ya kuwa Yesu Kristo yuaja katika mwili. Huyo ndiye yule mdanganyifu na mpingakristo. Jiangalieni nafsi zenu msiyapoteze mliyoyatenda, bali mpokee thawabu timilifu.

Maonyo mengine kwa ajili yetu katika 1 Yohana 2:19:

Walitoka kwetu, lakini hawakuwa wa kwetu. Maana kama wangalikuwa wa kwetu, wangalikaa pamoja nasi. Lakini walitoka ili wafunuliwe kwamba si wote walio wa kwetu.

Kuna wapinga Kristo wa aina mbili: mtu aliyejaa roho ya mpingakristo na mtu aliyedanganywa na roho ya mpingakristo. Wote hujaribu kuwadanganya wanadamu Roho Mtakatifu anapoingia ndani yao. Wanawateka watu ili wapinge Neno la Mungu na kuwadanganya kupitia mawazo yao. Watu ambao mawazo yao yanatawaliwa na roho ya mpingakristo wanaitwa "waliojaa au kutawaliwa na pepo."

Ikiwa mtumishi alipewa roho ya mpingakristo, waumini wa kanisa wataendelea kuiendea njia ya uharibifu wakiwa wameshikwa na roho ya mpingakristo.

Kwa hiyo, unatakiwa kujua kuhusu Roho ya kweli na roho ya upotevu ili usidangaywe na roho ya mpingakristo lakini uishi kwa kuifuata kweli na nuru.

Namna ya Kuzitofautisha Roho

1 Yohana 4:5-6 inasema, "Hao ni wa dunia; kwa hiyo wanena ya dunia na dunia huwasikia. Sisi tunatokana na Mungu. Yeye amjuaye Mungu atusikia; yeye asiyetokana na Mungu hatusikii. Katika hili tunamjua Roho wa kweli, na roho ya upotevu."

Neno "upotevu" linatumika kumaanisha "sentensi au jambo

lisilo kweli." Upotevu au roho ya upotevu ni roho ya kidunia inayokudanganya ili uamini uongo kama vile ni ukweli, na inakufanya uache mipaka ya imani. Hii ni kusema kuwa, mtu wa Mungu husikiliza Neno la kweli, lakini wa ulimwengu huu, husikiliza maneno ya kidunia, na ambayo si ya kweli. Hivyo, ni rahisi kuwatambua. Inakuwa wazi kwako ikiwa ni nuru au giza ikiwa unaijua kweli. Ndipo unaweza kusema, "Mtu huyu yuko katika kweli lakini mtu yule yuko gizani."

Kwa mfano, siku ya Jumapili mtu mmoja akisema, "Twende tukatembee mchana. Kwa hiyo natuhudhurie ibada ya asubuhi tu. Si hiyo inatosha?" au ikiwa atajaribu kuuharibu ufalme wa Mungu kwa hadaa na bado anadai kumwamini Mungu, hiyo ni kazi ya roho ya uwongo na upotevu.

Unaweza kuelewa mambo mengi ambayo Mungu hutoa bure ikiwa utapokea Roho wa kweli atokaye kwa Mungu (1 Wakoritho 2:12). Ndiyo sababu Roho Mtakatifu anaishi ndani yako-wewe ni mtoto wa thamani wa Mungu. Yeye ni roho wa kweli na anakuongoza katika kweli yote. Hazungumzi juu yake Yeye mwenyewe; Huzungumza yale anayosikia na atakwambia yale yatakayotokea.

Kwa hiyo katika Yohana 14:17 Yesu anasema, "ndiye Roho wa kweli; ambaye ulimwengu hauwezi kumpokea, kwa kuwa haumwoni wala haumtambui; bali ninyi mnamtambua, maana anakaa kwenu, naye atakuwa ndani yenu." Pia, Yohana 15:26 inatukumbusha kuhusu Roho Mtakatifu: "Lakini ajapo huyo Msaidizi, nitakayewapelekea kutoka kwa Baba, huyo Roho wa kweli atokaye kwa Baba, yeye atanishuhudia."

Pia 1 Wakoritho 2:10 inasema, "Lakini Mungu ametufunulia sisi kwa Roho. Maana Roho huchunguza yote, hata mafumbo ya Mungu." Kama ilivyoandikwa, Roho Mtakatifu ndiye anayemiliki na kutambua akili ya Mungu.

Vivyo hivyo wale, waliopokea Roho ya kweli hulisikia Neno la Kweli na kulitii. Kadri ufalme wa Mungu na haki Yake vinavyoongezeka, ndivyo wanavyofurahia. Wana uzima tele wakiutazamia ufalme wa mbinguni.

Hata hivyo, wapo ambao wanahudhuria kanisani bila kuwa na furaha kwa sababu hawana imani itokayo kwa Mungu ndani yao. Bado ni wa ulimwengu na wanapendelea vitu vya kidunia kama pesa na anasa. Hivyo hawawezi kuishi katika kweli, kuutazamia ufalme wa mbinguni au kumpenda Mungu kwa moyo wao wote.

Mwishowe, watu hawa humwacha Mungu na kuifuata roho ya upotevu kwa sababu ni watu wa ulimwengu huu na hawana Roho wa Kweli. Pia, ikiwa mtu atamkashifu au kumsengenya ndugu au dada katika imani au kuwavuruga wengine kutokana na husuda kwa kuwa ni waaminifu kwa ufalme wa Mungu na haki Yake, mtu huyo hatokani na Roho wa kweli.

Mtu Yeyote Asiwadanganye

1 Yohana 3:7 inatusihi kama ifuatavyo: "Watoto wadogo, mtu na asiwadanganye; atendaye haki ana haki, kama yeye alivyo na haki." Usiliache Neno la Mungu ili usidanganywe na elimu ya uongo kwa sababu Neno la Mungu ndilo linaloweza kukufundisha. Ni kupitia Neno la Mungu tu, ndipo utapokea wokovu kamili, utafanikiwa katika ulimwengu huu na kufurahia uzima wa milele katika ufalme wa mbinguni.

Hata hivyo, ibilisi hujitahidi kuwazuia watoto wa Mungu kuishi kwa kulifuata Neno na inakufanya ukubaliane na ulimwengu, umwache Mungu, umtilie mashaka na kumpinga . 1 Petro 5:8 inasema, "Muwe na kiasi na kukesha; kwa kuwa mshitaki wenu Ibilisi, kama simba angurumaye, huzunguka zunguka, akitafuta mtu ammeze."

Inakuwaje ibilisi na Shetani awadanganye watoto wa Mungu? Unaweza kulifananisha hili na mwanamke anayeshawishiwa na mwanaume. Ikiwa mwanamke anajiheshimu, wanaume hawawezi kuthubutu kumshawishi. Vinginevyo, mwanaume anaweza kumshawishi kirahisi mwanamke asiyejiheshimu na asiyeenenda inavyotakiwa. Vivyo hivyo, adui ibilisi na Shetani humwendea mtu ambaye hajasimama imara katika kweli na anamtilia Mungu mashaka. Ibilisi huwashawishi watu wanaomwacha Mungu na wanaompinga na mwishowe huwaongoza katika njia ya mauti. Hata Hawa alishawishika kwa sababu hakujichunga na ushawishi wenye hila wa kugeuzageuza Neno la Mungu.

Ni dhahiri kwamba unaweza kukumbana na majaribu na vishawishi hata kama huna makosa. Hii ni kwa sababu Mungu anataka akubariki, namna ambavyo unamwona Danieli akiwa katika jaribu la kutupwa katika tundu la simba au jaribu la Ibrahimu la kutoa mwanawe ili awe sadaka ya kuteketezwa.

Unapopita katika majaribu au magumu kwa sababu husimami kwa dhati katika imani, unapaswa kurudi katika imani na utubu dhambi zako, na uondoe kabisa kila ushawishi na majaribu kwa kutumia Neno la Mungu na ujaribu kwa kadri uwezavyo kusimama kwenye mwamba wa kweli.

Simama Imara Katika Kweli; Usidanganywe

1 Timotheo 4:1-2 inasema, "Basi Roho anena waziwazi ya kwamba nyakati za mwisho wengine wataikana imani, wakisikiliza roho zidanganyazo, na mafundisho ya mashetani; kwa unafiki wa watu wasemao uongo, wakichomwa moto dhamiri zao wenyewe."

Hii inamaanisha wakati ujao ambapo baadhi ya watu

wanaodai kuwa na imani wataziacha imani zao kwa kufuata roho zidanganyazo na mambo yanayofundishwa na pepo.

Watu waliodanganywa ni wanafiki hata ikiwa matendo yao yanaonekana kuwa ni ya imani na haki. Wanapenda kuomba mbele za watu, na hujaribu kuwa waaminifu kwa sababu ya pesa, na si kwa shukrani kutokana na neema ya Mungu. Mwishowe, huiacha imani yao na kuiendea njia ya mauti kwa sababu dhamiri zao zimekufa ganzi kwa kudanganya, kusihi bila ya kuwa na kweli na kujiingiza katika anasa za kidunia.

Kupitia Biblia Mungu amekuonya uwe mwangalifu usidanganywe. Katika Mathayo 7:15-16 Yesu anatuonywa kwa kusema, "Jihadharini na manabii wa uongo, watu wanaowajia wakiwa wamevaa mavazi ya kondoo, lakini kwa ndani ni mbwamwitu wakali. Mtawatambua kwa matunda yao. Je! Watu huchuma zabibu katika miiba, au tini katika mibaruti?"

Maneno na matendo ya mtu huakisi mawazo na mapenzi au utashi wake. Hii ni kusema kuwa unaweza kuwatambua watu kwa kuangalia matunda yao. Ikiwa mtu ana tunda la uovu kama chuki, husuda na wivu badala ya tunda la kweli, wema na haki, mtu huyo ni nabii wa uongo.

Manabii wengi wa uongo, mpinga Kristo tayari wako duniani. Kwa hiyo watoto wa Mungu wanatakiwa kuwa na uelewa mzuri kuhusu uzushi, na weweze kutofautisha kati ya roho wa kweli na roho wa upotevu au uwongo.

Adui ibilisi na Shetani yuko makini kuwadanganya watoto wa Mungu pale wanapoiacha kweli au kusitasita. Unapokuwa makini katika kweli na kuitii, hautadanganywa na roho wa upotevu, lakini utaishinda kirahisi hata kama itakukaribia.

Usiruhusu au kufuata mafundisho mengine au kudanganywa na mafundisho yaliyo kinyume na kweli. Badala yake, litii Neno la Mungu na ufuate mapenzi ya Roho Mtakatifu ili uwe mshindi na usiye na lawama wakati wa Kuja kwa Mara ya Pili kwa Bwana Wetu Yesu Kristo.

Katika Mathayo 12:35-37, Yesu anatwambia kuwa, "Mtu mwema katika akiba njema hutoa mema; na mtu mbaya katika akiba mbaya hutoa mabaya. Basi, nawaambia, Kila neno lisilo maana, watakalolinena wanadamu, watatoa hesabu ya neno hilo siku ya hukumu. Kwa kuwa kwa maneno yako utahesabiwa haki, na kwa maneno yako utahukumiwa."

Mtu mwema ana moyo mwema na hawezi kuwasababishia madhara au uovu watu wengine, hata kama kitendo hicho ni cha faida kwake.

Hata hivyo, mtu mwovu hawezi kuifurahia kweli. Huleta kila aina ya uovu ili kuwakwamisha wengine kupitia kwa husuda na wivu wake. Ijapokuwa maneno yake yanaweza kuonekana kuwa sahihi na ya haki, huwezi kusema ni mtu mwema ikiwa anadhamiria kuwasema wengine vibaya au kumtenganisha mtu na mtu.

Hivyo, ni lazima daima uombe na uwe mwangalifu ili usidanganywe. Ni lazima uweze kutofautisha ikiwa roho ni za kweli au la na usiwahukumu wengine. Zaidi ya hayo, unapaswa kusimama katika imani ya Utatu—Baba, Mwana na Roho Mtakatifu, iamini Biblia yote na uitii na kuishi kama inavyotaka.

"Njoo, Bwana, Yesu!"

Mwandishi:
Dr. Jaerock Lee

Dr. Jaerock Lee alizaliwa Muan, Jimbo la Jeonnam, katika Jamhuri ya Korea, mwaka 1943. Akiwa na miaka kati ya ishirini na thelathini, Dr. Lee aliugua magonjwa mengi yasiyokuwa na tiba kwa muda wa miaka saba, alikata tamaa ya kupona na akawa anasubiri kifo. Siku moja majira ya kuchipua mwaka 1974, alipelekwa kanisani na dada yake na alipopiga magoti kuomba, Mungu aliye hai alimponya magonjwa yote.

Tangu wakati Dr. Lee alipokutana na Mungu aishiye kupitia uponyaji huyo wa ajabu, amempenda Mungu kwa moyo wake wote na kwa uaminifu, na mnamo mwaka 1978 aliitwa ili awe mtumishi wa Mungu. Aliomba kwa dhati ili aweze kujua kwa hakika mapenzi ya Mungu, ayatimize yote na kuyatii Maneno yote ya Mungu. Mwaka 1982, alianzisha Kanisa Kuu la Manmin katika jiji la Seoul, Korea, na kazi nyingi za Mungu, ikiwa ni pamoja na miujiza ya uponyaji na maajabu, vimekuwa vikitendeka katika kanisa hili.

Mnamo mwaka 1986, Dr. Lee aliwekwa wakfu na kusimikwa kama mchungaji katika Mkutano wa Mwaka wa Kanisa la Yesu huko Sungkyul, Korea, na miaka minne baadaye, mwaka 1990, mahubiri yake yalianza kurushwa katika nchi za Australia, Urusi, Ufilipino, na nchi nyingine nyingi kupitia Kampuni ya Utangazaji ya Mashariki ya Mbali (Far East Broadcasting Company) Kituo cha utangazaji cha asia (Asia Broadcast Station) na Radio ya Kikristo ya washington (Washington Christian Radio System)

Miaka mitatu baadaye, mwaka 1993, Kanisa kuu la Manmin lilichaguliwa kuwa moja ya "Makanisa 50 Yanayoongoza Duniani" na jarida la Christian World la Marekani na alipata Shahada ya Heshima ya Uzamivu katika Theolojia (Honorary Doctorate of Divinity) kutoka chuo cha Christian Faith, Florida, Marekani, na katika mwaka 1996 alipata Ph. D. katika Huduma kutoka Kingsway Theological Seminary, Iowa, Marekani.

Tangu mwaka 1993, Dr. Lee amefanya utume/umisheni kwa ulimwengu kwa kufanya mikutano mingi huko Tanzania, Argentina, L.A., jiji la Baltimore,

Hawaii, na jiji la New York huko Marekani, Uganda, Japani, Pakistani, Kenya, Ufilipino, Honduransi, India, Urusi, Ujerumani, Peru, Jamhuri ya Kidemokrasia ya watu wa Congo, na Israeli. Mwaka 2002 alipewa jina la "Mchungaji wa ulimwengu" na magazeti maarufu ya Kikristo nchini Korea kutokana na kazi yake katika mikutano mbali mbali aliyoifanya rje ya nchi akishirikiana na Makanisa na Taasisi zingine duniani.

Kufikia Julai 2011, Kanisa kuu la Manmin lilikuwa na washirika zaidi ya 120,000. Kuna makanisa matawi 9,000 yaliyotapakaa Korea na katika nchi nyingine duniani, na mpaka sasa zaidi ya wamisheni 137 wametumwa katika nchi 23, ambazo ni pamoja na Marekani, Urusi, Ujerumani, Kanada, Japani, China, Ufaransa, India, Kenya na Nchi nyingine nyingi.

Mpaka tunapochapisha kitabu hiki, Dr. Lee ameandika vitabu 64, ikiwa ni pamoja na kitabu kinachopendwa sana Kuonja Uzima wa Milele Kabla ya Kifo, Maisha Yangu Imani Yangu I & II, Ujumbe wa Msalaba, Kipimo cha Imani, Mbingumi I & II, Jehanamu, na Nguvu ya Mungu. Kazi zake zimetafsiriwa katika lugha zaidi ya 67.

Safu za machapisho yake huonekana katika magazeti ya The Hankook Ilbo, The JoongAng Daily, The Dong-A Ilbo, The Munhwa Ilbo, The Seoul Shinmun, The Kyunghyang Shinmun, The Hankyoreh Shinmun, The Korea Economic Daily, The Korea Herald, The Shisa News, na The Christian Press.

Kwa sasa Dr. Lee ni kiongozi wa mashirika na taasisi nyingi za kimisheni: ikiwa ni pamoja na kuwa Mwenyekiti, The United Holiness Church of Jesus Christ; Rais, Manmin World Mission; Rais wa Kudumu, The World Christianity Revival Mission Association; Mwanzilishi, Manmin TV; Mwanzilishi na Mwenyekiti wa Bodi, Global Christian Network (GCN); Mwanzilishi na Mwenyekiti wa Bodi, World Christian Doctors Network (WCDN); na Mwanzilishi na Mwenyekiti wa Bodi, Manmin International Seminary (MIS).

Vitabu vingine Vizuri sana Vya Mwandishi Huyu

Mbinguni I & Mbinguni II

Mchoro wa kina wa mazingira mazuri sana ya kuishi ambayo raia wa mbinguni wanayafurahia na maelezo mazuri ya ngazi mbalimbali za falme za mbinguni

Kuonja Uzima wa Milele kabla ya Kifo

Ushuhuda wa maisha ya Dr. Jaerock Lee, aliyezaliwa mara ya pili na kuokolewa kutoka katika bonde la uvuli wa mauti na amekuwa anaisha maisha ya kuigwa ya Kikristo

Jehanamu

Ujumbe wa wazi kutoka kwa Mungu kwa wanadamu wote. Mungu hapendi nafsi hata moja kuingia katika vilindi vya Jehanamu! Utagundua ukweli halisi usioujua kuhusu uhalisia wa ukatili wa Kuzimu.

Maisha Yangu, Imani Yangu I & II

Harufu nzuri ya kiroho iliyotolewa kutoka katika maisha yaliyochipuka pamoja na upendo usiopimika kwa ajili ya Mungu, katikati ya mawimbi ya giza, nira baridi na kukata tamaa kwa ndani sana.

Kiasi cha Imani

Ni makao ya namna gani ambako taji na ujira vimeandaliwa kwa ajili yako Mbinguni? Kitabu hiki kinatoa hekima na mwongozo kwa ajili yako kupima imani yako na kujenga imani bora iliyokomaa.

www.urimbooks.com

www.ingramcontent.com/pod-product-compliance
Lightning Source LLC
LaVergne TN
LVHW021759060526
838201LV00058B/3167